துவாரகா

(பாகம் 1)

ஜெகதீப்

aelay
publish

துவாரகா (பாகம் 1)
நாவல்
ஆசிரியர் : ஜெகதீப் ©
முதல் பதிப்பு : ஜூன் 2022
வெளியீடு : ஏலே பதிப்பகம்
5/175, பாத்திமா நகர், கூத்தென்குழி,
திருநெல்வேலி - 627104
தொடர்புக்கு : +91 9944992571

Dwaraka (Part-1)
Novel
by jagadeep ©
First Edition : June 2022
Pages: 196
ISBN : 978-93-5533-122-9
Aelay Publish
Contact : +91 9944992571
Designed by : Aelay publish team

முன்னுரை

உலகில் படைக்கப்பட்ட அனைத்துமே ஏதோ ஒரு வகையில் அழிக்கப்பட்டு தான் ஆகவேண்டும். இல்லையென்றால் இந்த பிரபஞ்சத்தின் சமநிலை தவறிவிடும். ஆகையால் அழிவென்பது படைப்பின் ஓர் பகுதியாகவே ஆகிவிடுகின்றது.

சிறு வயதிலிருந்தே எனக்கு கடவுளின் மீது அதீத ஈடுபாடு உண்டு. ஆனால் மதத்தின் அடிப்படையில் சிலர் கடவுளைப் பிரித்துப் பார்ப்பதும் அந்தப் பிரிவினை கொண்டு மக்களிடையே அரசியல் செய்வதும் என் மனதை காயப்படுத்திக் கொண்டே இருந்தது. இந்த நிலை மாற வேண்டும். கடவுளை பற்றிய ஒரு தெளிவான புரிதல் மக்களிடையே தோன்ற வேண்டுமென்பது என்னுடைய நீண்ட நாள் ஆசை.

இது என்னுடைய இரண்டாவது புத்தகம். எனக்கு எப்பொழுதுமே கிருஷ்ணரின் மீதும் கடலில் மூழ்கி சிதைந்துப் போன அவருடைய துவாரகாவின் மீதும் அலாதி பிரியம் இருந்து வந்தது. திடீரென ஒருநாள் துவாரகாவை பற்றி ஒரு கதை எழுத வேண்டுமெனும் எண்ணம் என் மனதில் உதித்தது. அதற்கான முயற்சிகளை மேற்கொண்டேன். பாகவதம் பயின்றேன்; பகவத் கீதை பயின்றேன். அதன் விளைவாய் கிருஷ்ணரின் மேலிருந்த அன்பு அதிகமாயிற்று. கிருஷ்ணர் மட்டுமல்லாமல் இயேசு கிறிஸ்து, மகாவீரர், புத்தர், நபிகள் நாயகம், என அனைவரின் மீதும் எனக்கு அதீத ஈடுபாடு உண்டு.

மகாபாரத நிகழ்வுகளை அடிப்படையாய் கொண்டு துவாரகாவை பற்றி மூன்று பாகங்களாக ஒரு நாவல் எழுதலாம் என்று முதலில் முடிவு செய்தேன். ஆனால் ஏற்கனவே இருக்கும் கதையை அப்படியே திருப்பி எழுதுவதில் எனக்கு விருப்பமில்லை. அதனால் உண்மையான நிகழ்வுகளுக்கிடையில் என்னுடைய கற்பனையை புகுத்தியிருக்கிறேன். பஹ்ரூபி, திரிமுகன், மந்தன் என சில கற்பனை கதாபாத்திரங்களை நானாக வடிவமைத்து இக்கதையை எழுதியிருக்கிறேன்.

இது கிருஷ்ணரின் பெருமையை போற்றும் கதை. கிருஷ்ணரை சுற்றியே இந்த கதை முழுவதையும் வடிவமைத்திருக்கிறேன். ஜராசந்தனின் தொல்லையிலிருந்து மீளவும் தன் நாட்டு மக்களுக்கு ஒரு அமைதியான வாழ்க்கையை ஏற்படுத்திக் கொடுக்கவும் கிருஷ்ணர் மேற்கொண்ட முயற்சி தான் துவாரகா என்னும் பிரம்மாண்ட நகரம். நான்கு பக்கமும் கடலினால் சூழப்பட்ட ஒரு பிரம்மாண்டமான நகரத்தை தேவர்களின் சிற்பியான விஸ்வகர்மா வடிவமைத்துக் கொடுக்கிறார். கிருஷ்ணரும் அவருடைய பிரஜைகளும் அங்கே அமைதியாக வாழ துவங்குகின்றனர். அதன் பிறகு என்ன நிகழ்கிறது என்பது தான் கதை.

ஐயாயிரம் வருடங்களுக்கு முன் நிகழ்ந்த ஒரு மகாவதாரத்தை என் எழுத்தின் வழியாக கொண்டாட முயற்சித்திருக்கிறேன். அதே சமயம் கதையின் நகர்விற்காக சில விஷயங்களை நானாக யூகித்து எழுதியிருக்கிறேன். வாசகர்களுக்கு ஏதேனும் தவறாக தோன்றினால் அதற்காக இப்பொழுதே மன்னிப்பு கேட்டுக் கொள்கிறேன்.

காலம் மாறிக் கொண்டே இருக்கும்; காலத்திற்கு ஏற்றாற்போல் மனிதர்களின் நாகரீகமும் மாறிக் கொண்டே இருக்கும். அவ்வாறு மாறிக் கொண்டே இருக்கும் இந்த பிரம்மாண்ட சிருஷ்டியில் நிலைத்து நிற்பதெல்லாம் கதைகள் மட்டுமே.

இந்த கதையை எழுதி முடிக்க எனக்கு கிட்டத்தட்ட இரண்டு வருடங்களாகிவிட்டது. இது துவாரகாவின் முதல் பாகம் தான்; வாய்ப்பு கிடைக்கும் போது இதற்கான இரண்டாம் பாகத்தையும் எழுதுவேன். ஏதோ கதைகள் எழுத வேண்டும் என்னும் ஆர்வத்தில் எனக்கு தெரிந்த வகையில் எழுதிக்கொண்டிருக்கிறேன். என்னால் முடிந்த வரையில் இந்த கதையை சுவாரஸ்யமாக நகர்த்தி சென்றிருக்கிறேன். நிச்சயமாக இந்த கதை உங்களனைவருக்கும் பிடிக்கும் என்று நான் நம்புகிறேன். வாருங்கள்! இப்பொழுது கதைக்குள்ளே போவோம்.

இந்த கதையை எழுத வைத்த பரம்பொருளுக்கும்,
நான் எழுதி முடிக்கும் வரையில்
எனக்கு உறுதுணையாய் இருந்த என் தங்கைக்கும்
இக்கதை சமர்ப்பணம்.

விஷ்ணுலோகம்

காலத்திற்கும் காரணங்களுக்கும் அப்பாற்பட்ட ஒரு உலகம். அங்கே எந்தவித ஆர்ப்பாட்டமும் இல்லாமல் பாய்ந்தோடிக் கொண்டிருந்தது, விரஜா நதி. அந்த நதியினுள்ளே ஒருவன் மூழ்கி மூழ்கி எழுந்து கொண்டிருந்தான். ஒவ்வொரு முறை மூழ்கி எழுந்த போதும் அவனுடைய ஒவ்வொரு ஜென்மமும் அவனுக்கு ஞாபகம் வந்தது. நினைத்தான்! சிரித்தான்! சிரித்துக் கொண்டே இருந்தான். எல்லாமே வெறும் கனவாய் தோன்றியது அவனுக்கு. பின் சுற்றியும் முற்றியும் பார்த்தான். தொலைவில் வைரத்தால் வடிவமைக்கப்பட்ட ஓர் மண்டபம் தென்பட்டது. அந்த மண்டபத்தை நோக்கி அவன் மெதுவாய் நீந்தி சென்றான்.

அந்த மண்டபத்தின் வாயிலில் நான்கு கைகள் கொண்ட நீல வண்ண மேனியோடு தங்க ஆபரணங்களால் தன்னை அலங்கரித்துக் கொண்டு ஸ்ரீமன் நாராயணனைப் போலவே ஒருவன் நின்று கொண்டிருந்தான். மண்டபத்தை நோக்கி ஒருவன் நீந்தி வருவதைக் கண்டதும் வாயிலில் நின்று கொண்டிருந்தவன் தன் சங்கை எடுத்து முழங்கினான். அந்த சங்கநாதத்தை கேட்டு திடுக்கிட்டவன் தட்டுத் தடுமாறி நீந்தியபடியே மண்டபத்தின் வாயிலை நெருங்கினான். வாயிலை அடைந்த போது தான் அவன் தன்னுடைய பூத உடல் மறைந்து திவ்ய உடல் பெற்றிருப்பதை அறிந்தான்.

"பிறப்பு இறப்பு, பகல் இரவு, பாவம் புண்ணியம் ஆகிய இருமைகளுக்கு அப்பாற்பட்டு இன்பத்தை மட்டுமே இருப்பிடமாய் கொண்டு தேவர்களாலும் முனிவர்களாலும் நித்ய லோகம் என்றுப் போற்றிப் புகழப்படும் பரம வாசஸ்தலமாகிய வைகுண்டத்திற்கு தங்களை வரவழைக்கிறேன்.

தாங்கள் செய்த நல்வினைகளின் காரணமாக ஸாரூப்ய முக்தி அடைந்திருக்கிறீர்கள். இங்கே தாங்கள் ஹரிதாசன் என்னும் பெயர் கொண்டு அழைக்கப்படுவீர்" என்றவாறே மண்டபத்தின் வாயிலில் நின்று கொண்டிருந்தவன் ஹரிதாசனை மேலே கைகொடுத்து தூக்கினான்.

"தாங்கள்?" தயக்கத்தோடு எழுந்தது ஹரிதாசனின் கேள்வி.

"அடியேன் ஜெயதாமன்" ஹரிதாசன் ஜெயதாமனை நோக்கி கைக்கூப்பினான்.

"வாருங்கள்! வைகுண்டம் உங்களை வரவேற்கிறது" என்றவாறே ஜெயதாமன் மண்டபத்தின் வாயிலை கடந்து சென்றான்.

ஹரிதாசனும் ஜெயதாமனை பின்தொடர்ந்தவாறே சென்றான். ஜெயதாமனும் ஹரிதாசனும் அந்த மண்டபத்தை தாண்டியதும் ஓர் அடர்ந்த கானகத்தை அடைந்தனர். அந்த கானகம் முழுதும் கேட்டதை வாரி வழங்கும் கற்பக விருட்சங்கள் நிரம்பியிருந்தன. அவ்விருட்சங்களுக்கு இடையே சில வைகுண்டவாசிகள் தங்கள் துணைவியரோடு பேசிக் கொண்டும் விளையாடிக் கொண்டும் இருந்தனர். வைகுண்டவாசிகள் அனைவரும் தோற்றத்தில் பகவான் விஷ்ணுவைப் போலவே இருந்தனர்.

ஆங்காங்கே சில மயில்கள் தோகை விரித்து ஆடிக் கொண்டிருந்தன. அவ்வுலகில் அமைந்திருந்த கற்பக விருட்சங்களின் கிளைகளில் அமர்ந்துக் கொண்டு கிளிகளும் குயில்களும் இனிய கீதங்களை எழுப்பிக் கொண்டிருந்தன.

அந்தக் கானகத்தின் அழகில் மயங்கிப் போயிருந்த ஹரிதாசன், எல்லாவற்றையும் வேடிக்கைப் பார்த்தபடியே நடந்து சென்றான். அவன் கண்களுக்கு எதுவுமே புதிதாக தெரியவில்லை. அவன் பார்த்த ஒவ்வொரு காட்சியும் அவன் முன்னரே பார்த்து ரசித்த ஒன்றாக தான் அவனுக்குத் தோன்றியது. அவனைப் பார்த்தவர்களும் எனக்கு உன்னை

முன்னரே தெரியும் என்பது போல் புன்னகை செய்தனர். அவனுக்கு மீண்டும் வீடு வந்து சேர்ந்ததுப் போல் ஒரு உணர்வு.

அப்பொழுது இருவரும் சென்று கொண்டிருந்த வழியின் நடுவே ஒரு சிறிய ஓடை குறுக்கிட்டது. அந்த ஓடையில் சில வைகுண்டவாசிகள் அன்னப்பறவையின் மீது அமர்ந்துப் பயணம் செய்து கொண்டிருந்தனர்; ஓடையை தாண்டியதும் மரங்கள் அடர்த்தியாக இல்லாத ஓர் பகுதியில் புஷ்பக விமானமொன்று நிறுத்தப்பட்டிருந்தது. அந்த விமானம் முழுவதும் வைடூரியத்தாலேயே வடிவமைக்கப்பட்டிருந்தது.

ஹரிதாசனை அந்த விமானத்தில் ஏற சொல்லிவிட்டு ஜெயதாமனும் ஏறினான்; பின் ஜெயதாமன் உள்ளே இறங்கி அந்த விமானத்தை இயக்கினான். விமானம் கொஞ்சம் கொஞ்சமாய் உயர துவங்கியது. விண்ணில் உயர்ந்ததும் விமானம் காற்றை கிழித்துக் கொண்டுப் பறந்து சென்றது. அப்பொழுது விண்ணில் ஜெயதாமனின் விமானத்தைப் போலவே பல விமானங்கள் பறந்து கொண்டிருப்பதை ஹரிதாசன் கண்டான். கீழே லட்சக்கணக்கான மாளிகைகள் அமைந்திருந்தன. தங்கத்தாலும் வைரத்தாலும் நிர்மாணிக்கப்பட்டிருந்த அம்மாளிகைகள் அவனைப் பிரமிப்படைய செய்தன. பல தூரம் பறந்து சென்ற விமானம் நான்கு பக்கமும் கடலினால் சூழப்பட்ட ஒரு மாளிகையின் வாயிலில் தரை இறங்கியது. வைகுண்டத்தில் இருந்த மற்ற மாளிகைகளை விடவும் அந்த மாளிகை மிகவும் பிரம்மாண்டமானதாக இருந்தது. அந்த மாளிகையை கண்டதுமே அது யாருடைய மாளிகையாக இருக்கும் என்பதை ஹரிதாசன் அறிந்து கொண்டான்.

வாயிலின் இருபுறமும் துவாரபாலகர்களாக நின்று கொண்டிருந்த ஜெயரும் விஜயரும் ஹரிதாசனை புன்னகையோடு வரவேற்றனர். தேவர்களுக்காகவும் முனிவர்களுக்காகவும் கூட திறக்காத கதவு ஹரிதாசனுக்காக திறந்தது. ஜெயதாமன் முன்னால் சென்றான். ஹரிதாசன் தயங்கியபடியே அவனைப் பின்தொடர்ந்து சென்றான். அங்கே அவன் கண்ட ஒவ்வொரு காட்சியும் ஓவியமாய் தெரிந்தது; அவன் கேட்ட ஒவ்வொரு ஒலியும் தேவகானமாய் ஒலித்தது.

இருவரும் ஒன்றன் பின் ஒன்றாய் ஏழு துவாரங்களை கடந்து சென்றனர். அங்குமிங்கும் பல வைகுண்டவாசிகள் இன்பவெள்ளத்தல் அலைமோதிக் கொண்டிருந்தனர். ஏழாவது துவாரத்தை தாண்டியதும் ஹரிதாசன் அப்படியே ஸ்தம்பித்துப் போய்விட்டான்.

அவனுக்கு நேரெதிரிலே இருவர் சாமரம் வீச ஆயிரம் தலை கொண்ட ஆதிசேஷனை அரியாசனமாக்கி நான்கு கரங்களிலும் சங்கு, சக்கரம், கதாயுதம் மற்றும் தாமரையை ஏந்தித் தங்க ஆபரணங்களால் தன் அங்கங்களை அலங்கரித்துக் கொண்டு அண்டத்திற்கே அதிபதியாய் மகாவிஷ்ணு அமர்ந்திருந்தார். அவருக்கருகில் அழகே உருவாய் மகாலட்சுமி வீற்றிருந்தாள். ஹரிதாசன் உள்ளே நுழைந்ததும் மகாவிஷ்ணுவின் கண்கள் அவனை நோக்கி திரும்பியது. இருவரின் கண்களும் ஒன்றை ஒன்று நோக்கியபடி நிலைப்பெற்று நின்றது. அண்டங்களை எல்லாம் தோற்றுவிக்கும் வைகுண்டத்தின் மேற்பார்வையில் இயங்கிக் கொண்டிருக்கும் இந்த பூவுலகில் அப்பொழுது ஒரு மகாவதாரம் நிகழ்ந்து கொண்டிருந்தது.

துவாரகா

ஆழ்கடலின் நடுவே பன்னிரெண்டு யோஜனை தூரப் பரப்பளவில் அமைக்கப்பட்டு வானுயர் மாளிகைகளால் நிரப்பப்பட்டு வானவர்களால் தங்க நகரம் என்றுப் போற்றப்படும் துவாரகா, அந்த அதிகாலை வேளையில் சூரியனுக்கு முன்பாகவே விழித்துக்கொண்டது. யாதவர்கள் அனைவரும் நேரமாகவே எழுந்து ஆவினங்களை மேய்ப்பதற்கு ஆயத்தமாகினர். நகரின் இடையே அமைக்கப்பட்டிருந்த குளத்தில் பெண்களும் குழந்தைகளும் குளித்துக் கொண்டிருந்தனர்.

துவாரகாவின் பிரதான வாயில் திறக்கப்பட்டது. அந்த அதிகாலை வேளையில் கடலின் இடையே அமைக்கப்பட்டிருந்த நகரை நிலப்பரப்போடு இணைக்கும் நீண்ட சாலையில் மக்கள் திரளாக நடமாட துவங்கினர். சரியான அடையாள சின்னத்தை காட்டிய பிறகே மக்கள் துவாரகாவின் உள்ளேயும் வெளியேயும் அனுமதிக்கப்பட்டனர். உள்ளூர்வாசிகள், வெளியூர்வாசிகள், வியாபாரிகள், அதிகாரிகள், ஒற்றர்கள் என அனைவருக்கும் ஒரு சங்கின் மேற்பரப்பில் மாடு, எருமை, கழுகு, குதிரை, வில், வாள் என வெவ்வேறு சின்னங்கள் வழங்கப்பட்டிருந்தன. இதுபோன்ற சின்னங்கள் பொறித்த சங்குகளை வேண்டுமென்போர் துவாரகாவின் சாவடிகளுக்கு சென்று சரியான ஆதாரத்தை காட்டிப் பெற்றுக் கொள்ளலாம். நகரில் பிரதானமாக அமைந்திருந்த விஷ்ணு ஆலயத்திலும் சிவாலயத்திலும் அதிகாலை பூஜை நிறைவுப்பெற்றிருந்தது. நகரின் எல்லைப்புறத்தில்

அமைக்கப்பட்டிருந்த துர்காதேவியின் ஆலயத்தில் வெள்ளிக்கிழமை சிறப்பு பூஜை நடைப்பெற்றுக் கொண்டிருந்தது. துறைமுகங்களில் கப்பல்கள் வருவதும் போவதுமாய் இருந்தது. சுங்க சாவடிகளில் வணிகப் பொருட்கள் ஏற்றுமதி இறக்குமதி என வியாபாரிகளின் கூட்டம் நிரம்பி வழிந்தது. சந்தைகளில் கொஞ்சம் கொஞ்சமாய் வியாபாரம் சூடுபிடிக்க துவங்கியது. சூரியன் மெதுவாய் கிழக்கில் உதிக்க துவாரகாவின் ஒன்பது லட்சம் மாளிகைகளிலும் விளங்குகள் அணைக்கப்பட்டன. பகல் நேர காவல் வீரர்கள் பணிக்கு வந்துசேர்ந்தனர். இரவு நேர காவலர்கள் பணி முடிந்து வீட்டிற்கு திரும்பினர். தலைமை அதிகாரிகள் நகரின் பிரதான சாலைகளில் தேவைக்கேற்றபடி காவலர்களை நியமித்தனர்.

அப்பொழுது நகரத்தில் நிகழ்ந்து கொண்டிருந்த ஒவ்வொரு இயக்கத்தையும் தியானத்தில் அமர்ந்து தன்னுடைய ஞானக்கண்ணின் மூலம் கவனித்துக் கொண்டிருந்தார், கிருஷ்ணர். ஒரு மணி நேர ஆழ்ந்த தியானத்திற்கு பிறகு கண்விழித்த கிருஷ்ணர், ஆபரணங்களால் தன்னை அலங்கரித்துக் கொண்டு சிரத்தில் கிரீடம் சூடி அரசவைக்கு செல்ல ஆயத்தமாகினார். அப்பொழுது அந்த அறையினுள்ளே கிருஷ்ணரின் அனுமதியை பெறாமலேயே ஒரு பெண் உள்ளே நுழைந்தாள். தன்னுடைய அனுமதியை பெறாமல் தன் அறையினுள்ளே நுழையக்கூடியவள் ஒரே ஒருவள் தான் என்பதை அறிந்திருந்த கிருஷ்ணர், தனக்குப் பின்னால் நின்று கொண்டிருந்த ருக்மிணியை பார்த்துப் புன்னகைத்தார். லட்சுமிதேவியின் சிற்பமொன்று உயிர்ப்பெற்று வந்ததைப் போல் அழகே உருவான ருக்மிணி மெதுவாக கிருஷ்ணரை நெருங்கி வந்து தன் கையிலிருந்த திலகத்தை அவர் நெற்றியில் இட்டாள்.

அப்பொழுது அந்த அறையின் வாயிலை அடைந்த ஒரு காவல்வீரன், "பிரபு! ரதம் தயாராக உள்ளது" என்றான்.

"ஆகட்டும்" என்று கிருஷ்ணர் சொன்னதும் காவல் வீரன் பணிவோடு விடைப்பெற்று சென்றான். அவ்வீரன் விடைப்பெற்று சென்றதும் கிருஷ்ணர் ருக்மிணியின் இடையை பற்றி இழுத்தார்.

ருக்மிணி, "சென்று வாருங்கள்" என்றாள்.

"செல்ல வேண்டுமா தேவி?!" என்ற கிருஷ்ணர், ருக்மிணியை கட்டி அணைத்தார்.

ருக்மிணி, "சென்று தான் ஆக வேண்டும்" எனக் கூறியதும் கிருஷ்ணர் தன் இதழ்களை ருக்மிணியின் இதழ்களோடு பதித்தார்.

கிருஷ்ணரின் நெற்றியிலிருந்த திலகம் ருக்மிணியின் நெற்றியிலும் ஒற்றிக் கொண்டது. எதுவும் பேசாமல் இருவரும் ஒருவரை ஒருவர் பார்த்தபடியே நின்றிருந்தனர். சாளரத்தின் வழியே நுழைந்த ஓர் மெல்லிய தென்றல் இருவரையும் வருடிவிட்டுச் சென்றது.

"சென்று வருகிறேன், தேவி!" அந்த அரை நிமிட மௌனத்திற்கு முற்றுப்புள்ளி வைத்தார், கிருஷ்ணர். காதல் கலந்த புன்னகையோடு கிருஷ்ணருக்கு விடையளித்தாள், ருக்மிணி.

கீழே கிருஷ்ணரின் தேரோட்டியான தாருகன் அரசவைக்கு செல்ல ரதத்தை தயாராக வைத்திருந்தான். ரதத்தின் மேலே கருட கொடிப் பறக்கவிடப்பட்டிருந்தது. நான்கு குதிரைகள் பூட்டப்பட்டிருந்த ரதத்தில் கிருஷ்ணர் வந்து அமர்ந்ததும் கிருஷ்ணரின் காவல்படை ரதத்தை சூழ்ந்து கொண்டது.

"அண்டசராசரத்தில் யாராலும் வெல்ல முடியாத போஜ வம்ச மன்னனான கம்சனை வென்று கொன்ற மாவீரர், மகத நாட்டு மன்னனை பதினெட்டு முறை துரத்தியடித்த மதியூகி, மக்களின் நலனுக்காக அல்லும் பகலும் அயராது

உழைக்கும் யதுகுல தலைவரும் விருஷ்ணி குல தோன்றலுமான மாமன்னர் வாசுதேவ கிருஷ்ணர் அரசவைக்கு வருகிறார். பராக்! பராக்!" என்று கட்டியம் கூறுபவன் கூறி முடித்ததும் கொம்புகள் ஊதப்பட்டன. ரதம் நகர துவங்கியது.

கிருஷ்ணர் அரசவைக்கு செல்வதை மேலே தன் தோழிகளோடு நின்றுப் பார்த்துக் கொண்டிருந்தாள், ருக்மிணி. ரதத்தை வேகமாக செலுத்தினான், தாருகன். வழியில் யாரும் குறுக்கிடாத வண்ணம் பாதையை சீராக்கி கொண்டே சென்றது கிருஷ்ணரின் காவல் படை. சிறிது தூரம் சென்றதும் அரசவைக்கு செல்லும் பிரதான சாலையை அடைந்தது ரதம். வழியின் ஓரத்தில் நின்று கொண்டிருந்த ஜனங்கள் எல்லாம் கிருஷ்ணரை நோக்கி கைக்கூப்பி வணங்கினர்.

வீட்டுவேலை செய்து கொண்டிருந்தவர்கள், வியாபாரம் செய்து கொண்டிருந்தவர்கள், வாள்பயிற்சி செய்து கொண்டிருந்தவர்கள் என அனைவரும் அவரவர் வேலையை விட்டுவிட்டு கிருஷ்ணரை காண்பதற்காக பிரதான சாலையை நோக்கி விரைந்தனர். பெண்களும் குழந்தைகளும் ரதத்தின் மேலே மலர்களை தூவினர். சாலை முழுவதும் மக்கள் கூட்டம் நிரம்பி வழிந்தது. அந்த கூட்டத்தை சமாளிக்க முடியாமல் வீரர்கள் தடுமாறினர். "மன்னர் புகழ் ஓங்குக!" என்ற கோஷம் துவாரகா முழுவதும் எதிரொலித்தது.

அரை நாழிகைப் பயணத்திற்குப் பிறகு ரதம் நகரத்தின் வடமேற்கு பகுதியில் உள்ள அரசவையை அடைந்தது. கிருஷ்ணர் ரதத்தில் இருந்து கீழே இறங்கியதும் அரசவையின் முன் மண்டப வாயிலில் நின்றுகொண்டிருந்த யானை இன்பத்தில் எகிறிப் பிளறியது. கட்டியம் கூறுபவன் மீண்டும் ஒருமுறை கிருஷ்ணரின் புகழை கூறியதும் கொம்புகள் ஊதப்பட்டன. நகரமே அதிரும் வண்ணம் வாத்தியங்கள் முழங்கப்பட்டன. வாயிலின் இருபுறமும் வரிசையாய் நின்று கொண்டிருந்த காவலர்கள் அனைவரும் கிருஷ்ணருக்கு தலைவணங்கி நின்றனர்.

கிருஷ்ணர் அரசவையினுள்ளே நுழைந்தார். கிருஷ்ணரின் வருகைக்காக அக்ரூரர், உத்தவர், சாத்யகி, கிருதவர்மர், பலராமர், வாசுதேவர், உக்ரசேனர் என அனைவரும் காத்து கொண்டிருந்தனர். கிருஷ்ணர் உள்ளே நுழைந்ததும் சபையில் இருந்த அத்தனைப் பேரும் எழுந்து நின்று அவரை வரவேற்றனர். அனைவருக்கும் முகமன் கூறிவிட்டுக் கிருஷ்ணர் தன் அரியணையில் சென்று அமர்ந்தார். வணிகர்கள், க்ஷத்ரியர்கள், அந்தணர்கள் என நாட்டின் முக்கிய பிரமுகர்கள் பலரும் அரசவையில் குழுமியிருந்தனர். எல்லோரையும் கண்ணுற்ற கிருஷ்ணர் கடைசியாக பலராமரை நோக்கி திரும்பினார். கிருஷ்ணரும் பலராமரும் ஒருவரை ஒருவர் பார்த்துப் புன்னகைத்துக் கொண்டனர்.

"நாட்டின் நிலை எப்படி உள்ளது?" கிருஷ்ணர் அவையில் இருந்த அனைவரையும் நோக்கிப் பொதுவாக கேள்வியெழுப்பினார்.

"நாட்டில் எந்தவிதமான குறையுமில்லை. தங்களுடைய நல்லாட்சியில் வறுமை என்ற பேச்சுக்கே இடமில்லை" என்றனர் வணிகர்.

அப்பொழுது இளம் வயதிலேயே தன்னுடைய ஞானத்தாலும் விவேகத்தாலும் கிருஷ்ணரின் இதயத்திலும் அரசியல் அதிகாரத்திலும் நல்ல இடத்தைப் பிடித்திருந்த உத்தவர், தன் ஆசனத்தில் இருந்து எழுந்து, "அரசே! நாட்டில் புதிதாக ஒரு வைத்திய சாலை அமைக்கப்பட வேண்டும். வெளியூர்வாசிகள் பலர் இங்கே வைத்தியம் பார்க்க வருவதால் ஏற்கனவே உள்ள வைத்தியசாலைகளில் கூட்டம் அதிகரித்துக் கொண்டே செல்கிறது" என்றார்.

"சரி உத்தவரே! ஆக வேண்டியதைப் பாருங்கள். கிருதவர்மரே! நாட்டின் பாதுகாப்பு நிலை எப்படி உள்ளது?", கிருஷ்ணர் துவராகாவின் படைத்தலைவரான கிருதவர்மரை நோக்கி கேள்வியெழுப்பினார்.

"போர்வீரர்கள் எப்பொழுதும் தயார் நிலையிலேயே உள்ளனர். சரியான அடையாள சின்னம் இல்லாமல் யாரும் உள்ளே அனுமதிக்கப்படுவதில்லை. நகரினுள்ளே எந்நேரமும் நம்முடைய ஒற்றர்கள் நடமாடிக் கொண்டே இருக்கின்றனர். சந்தேகப்படும்படியாக யார் இருந்தாலும் உடனே விசாரணை மேற்கொள்ளப்படுகிறது" என்று கிருதவர்மர் சொல்லி கொண்டிருக்கையில் கிருஷ்ணர் சாத்யகியை நோக்கி, "துவாரகாவிற்கு வெளியே உழாவும் ஒற்றர்களிடமிருந்து ஏதேனும் செய்தி கிடைத்ததா?" என்று வினவினார்.

"ஆம் அரசே! நம் ஆளுகைக்குட்பட்ட ஸத்ராஜித் மன்னர் சூரியதேவனிடமிருந்து சியமந்தக மணி என்னும் பொக்கிஷத்தை பரிசாய் பெற்றுள்ளாராம். அது மட்டுமில்லாமல் அவருடைய மகளான சத்யபாமாவை ஸததன்வனுக்கு கொடுக்க முடிவு செய்துள்ளார் போலும்."

"மகத நாட்டிலிருந்து ஏதேனும் செய்தி உண்டா?"

"பிரபு! நாம் முன்னரே அறிந்ததுப் போல் மகத நாட்டு மன்னன் சால்வனின் துணையோடுப் பல சிற்றரசுகளை தோற்கடித்து அந்நாட்டு அரசர்களை சிறைப்படுத்தி வைத்துள்ளான்; மற்றபடி தகவல் ஒன்றும் இல்லை. அதே போல் விதர்ப நாட்டில் இருந்தும் எந்தவிதமான தகவலும் இல்லை. சேதி நாட்டிலும் அரசியல் ரீதியாக தகவல் எதுவும் இல்லை. ஆனால்..."

"ஆனால்?"

"சேதி நாட்டில் மாந்திரீகர்களின் நடமாட்டம் அதிகமாக உள்ளதாம் பிரபு!" என்று சாத்யகி சொல்ல கிருஷ்ணரின் பாட்டனாரான உக்ரசேனர், கிருஷ்ணரை நோக்கி, "சிசுபாலன் உன்னோடு நேரடியாக மோத முடியாமல் உன்னை மந்திர ஜாலத்தினால் வெல்ல நினைக்கிறான் போலும்.... பைத்தியகாரன்" எனக் கூறினார். உக்ரசேனர் அவ்வாறு கூறியதும் கிருஷ்ணர் ஏதோ சிந்தனையில் மூழ்கிப் போனார்.

அதுவரையில் அமைதியாக அமர்ந்திருந்த வாசுதேவர், "என்ன அக்ரூரரே! தங்களுடைய ஹஸ்தினாபுர பயணம் எப்படி இருந்தது" என்று துவாரகாவின் ஒற்றர் படைத்தலைவரான அக்ரூரரை நோக்கி கேள்வியெழுப்பினார்.

"நல்லபடியாக இருந்தது, பிரபு!" என்றார் அக்ரூரர். அவருடைய நெற்றியிலிருந்த சுருக்கங்களும் நரைத்துப் போன தாடியும் அவரது அனுபவத்தைப் பறைசாற்றிக் கொண்டிருந்தன.

"எப்படியிருக்கிறாள் என் தங்கை குந்தி?"

"நலமாக இருக்கிறார், பிரபு!"

அப்பொழுது திடீரென, "அக்ரூரரே! பிரத்யும்னனை பற்றி ஏதேனும் தகவல் கிடைத்ததா?" என்று கிருஷ்ணர் கேள்வியெழுப்பினார். அந்த கேள்வியை கேட்டதும் சபையே ஒருகணம் திடுக்கிட்டது.

"இல்லை பிரபு!" என்று வருத்தத்தோடு அக்ரூரர் கூறினார்.

அனைவரின் முகத்திலும் ஒருவிதமான சோகம் தென்பட்டது. எல்லோரின் முகத்திலும் இருந்த சோகத்தைக் கவனித்த பலராமர் கிருஷ்ணரை நோக்கி திரும்பினார். எதற்காகவும் வருந்தாத கிருஷ்ணரின் முகத்தில் மகனைப் பிரிந்த வருத்தம் பிரதிபலித்தது. அதன் பின் கிருஷ்ணர் எதுவும் பேசவில்லை. ஆரவாரத்தோடு தொடங்கிய அரசவை அன்று வருத்தத்தோடு நிறைவுப்பெற்றது.

சியமந்தக மணி

"என்ன கிருஷ்ணா! இன்று நீ சறுக்கிக் கொண்டே இருக்கிறாயே?!" என்றார் பலராமர், தன் கையில் இருந்த தாயக்கட்டைகளை உருட்டியபடியே.

"எங்கேயோ தவறு நிகழ்கிறது அண்ணா!" என்றார் கிருஷ்ணர்.

"ஏன் அவ்வாறு சொல்கிறாய்?"

"காரணம் எதுவுமில்லை. ஆனால் என் உள்ளுணர்வு ஏதோ அசம்பாவிதம் நிகழப் போவதாக கூறுகிறது."

பலராமர் தன் கையிலிருந்த தாயக்கட்டையை கீழே உருட்டினார்.

அரசவை நிறைவுப் பெற்று அன்றைய அலுவல்களை எல்லாம் முடித்துவிட்டப் பிறகு கிருஷ்ணரின் மாளிகையில் கிருஷ்ணரும் பலராமரும் பரமபதம் விளையாடிக் கொண்டிருந்தனர். கிருஷ்ணரை ஒத்த வயதுடைய உத்தவர், அங்கே அமைதியாக அமர்ந்து விளையாட்டை வேடிக்கைப் பார்த்துக் கொண்டிருந்தார்.

அப்பொழுது மூச்சிரைக்க ஓடி வந்த தாருகன், "பிரபு! தங்களை காண்பதற்காக மன்னர் ஸத்ராஜித் வந்து கொண்டிருக்கிறார்" என்றான்.

கிருஷ்ணர் பலராமரை நோக்கி திரும்பினார்.

"சூரியதேவனிடமிருந்து பெற்ற சியமந்தக மணியை உன்னிடம் காட்டுவதற்காக வருகிறார் என்று நினைக்கிறேன்" என்றார்.

"ம்ம்... அப்படியாகதான் இருக்க வேண்டும்" என்றவாறே கிருஷ்ணர் தன் தலைபாகையை அணிந்துகொண்டு மாளிகையின் வாயிலுக்கு விரைந்தார். பலராமரும் உத்தவரும் கிருஷ்ணரைப் பின்தொடர்ந்து சென்றனர். மன்னர் ஸத்ராஜித் தன்னுடைய சிறிய காவல் படையுடன் கிருஷ்ணரின் மாளிகை முன் வந்து இறங்கினார். அவர் கழுத்தில் தொங்கிக் கொண்டிருந்த சியமந்தக மணி சூரியனைப் போலவே பிரகாசித்தது. வழியில் ஸத்ராஜித்தை கண்ட துவாரகாவாசிகள் அவரை ஏதோ சொர்க்கலோகவாசி என்றே நினைத்துவிட்டனர். கிருஷ்ணரும் பலராமரும் மிகுந்த மரியாதையுடன் அவரை வரவேற்றனர். பின் இருவரும் ஸத்ராஜித்தை மாளிகையின் பிரதான அறைக்கு அழைத்துச் சென்றனர். உத்தவர் உள்ளே செல்லாமல் வெளியிலேயே நின்றுவிட்டார். உள்ளே ஸத்ராபூரின் மன்னரான ஸத்ராஜித் அமர்வதற்கென்று தனி ஆசனம் வழங்கப்பட்டது. கிருஷ்ணரும் பலராமரும் அவருக்கு அருகிலேயே அமர்ந்து கொண்டனர். மூவருக்கும் இடையில் பலவிதமான திண்பண்டங்களை பணிப்பெண்கள் கொண்டு வந்து வைத்தனர்.

சிறிது நேர அன்புப் பரிமாற்றத்துக்குப் பிறகு, "மதிப்பிற்குரிய மன்னர் ஸத்ராஜித் அவர்களே ! தங்களுடைய அன்பு மகளான சத்யபாமாவை ஸததன்வனுக்குப் பேசி முடித்துள்ளதாக கேள்விப்பட்டேன் ! மிக்க மகிழ்ச்சி !." என்று கிருஷ்ணர் கூறினார்.

"ஆம் பிரபு அதை தங்களிடம் நேரடியாக தெரிவிக்க தான் இங்கு வந்தேன் ! அதுமட்டுமில்லாமல் வேறொரு விஷயத்தையும் தங்களிடம் தெரிவிக்க வேண்டும்" என்று ஸத்ராஜித் கூறினார்.

"என்ன விஷயம் ஸத்ராஜித் அவர்களே!?"

"எல்லாம் நல்ல விஷயம் தான் பிரபு!" என்று கூறிய ஸத்ராஜித் தன் கழுத்தில் அணிந்திருந்த சியமந்தக மணியை எடுத்துக் காட்டி, "என்னுடைய பக்தியை பாராட்டி சூரியதேவன் இந்த சியமந்தக மணியை எனக்குப் பரிசாக அளித்துள்ளார்" என்றார்.

கிருஷ்ணர், "அப்படியா?" என்று எதுவுமே தெரியாததுப் போல் கேள்வி எழுப்பியதும் பலராமர் புன்னகைத்தார்.

பலராமரின் புன்னகையை கவனித்த ஸத்ராஜித், "ஏன் பலராமரே?" என்று கேள்வியெழுப்பினார்.

அதற்கு பலராமர், "ஒன்றுமில்லை ஸத்ராஜித் அவர்களே! அந்த மணியின் பிரகாசத்தை விட தங்கள் முகத்தின் பிரகாசம் தான் அதிகமாக உள்ளது" என்றதும் ஸத்ராஜித் வாய்விட்டு சிரித்தார்.

சியமந்தக மணியை அடைந்த செருக்கு அவருடைய சிரிப்பில் பிரதிபலித்தது. கிருஷ்ணர் எதுவும் பேசாமல் மௌனமாகிவிட்டார்.

"பிரகாசம் மட்டுமல்ல பலராமரே! இந்த மணி எனக்கு தினமும் பூமியில் இருந்து பத்துப் பார தங்கத்தை அள்ளிக் கொடுக்கிறது. இதனால் என் மக்கள் செல்வ செழிப்போடு வாழ்ந்து வருகின்றனர்."

"உண்மையாகவா?" என்று பலராமர் ஆச்சரியமாக கேட்டார்.

"ஆம் பலராமரே!"

"அது எப்படி சாத்தியம் ஸத்ராஜித் அவர்களே!?"

"எல்லாம் சூரியதேவனின் மகிமை தான் பலராமரே!"

அப்பொழுது கிருஷ்ணர் திடீரென, "ஸத்ராஜித் அவர்களே! இப்படிப்பட்ட ஒரு பொக்கிஷம் இப்பொழுது உங்களிடம் இருப்பது நல்லதல்ல. ஆகவே சிறிது காலத்திற்கு

சியமந்தக மணியை என் பாட்டனார் உக்ரசேனரிடம் கொடுத்துவிட்டுச் செல்லுங்கள்” என்றார்.

கிருஷ்ணர் அவ்வாறு கூறியதும் பலராமரே ஒருகணம் திடுக்கிட்டுப் போனார். ஸத்ராபூர் மன்னரின் முகத்தில் இருந்த அத்தனை சிரிப்பும் மறைந்துப் போனது.

“என்ன சொல்கிறீர் பிரபு? இது சூரியதேவன் எனக்கு அன்பளிப்பாய் கொடுத்தது.”

“தற்போது இது தங்களிடம் இருப்பது நல்லதல்ல. புரிந்து கொள்ளுங்கள்! தங்களுடைய பாதுகாப்பிற்காக தான் சொல்கிறேன்.”

ஸத்ராஜித் முகம் கோபத்தில் இறுகியது.

“பாதுகாப்பா? நானும் ஒரு க்ஷத்ரியன் தான் என்பதை மறந்துவிட்டுப் பேசுகிறீர், கிருஷ்ணரே!”

“இல்லை ஸத்ராஜித் அவர்களே! ஜராசந்தன் சிற்றரசுகளை நோக்கிப் படையெடுத்துக் கொண்டிருக்கிறான். இதுபோன்ற ஒரு நிலையில் இப்படிப்பட்டப் பொக்கிஷம் துவாரகாவின் நேரடி பாதுகாப்பில் இருந்தால் அவன் அதை ஒரு பொருட்டாக கருதமாட்டான். ஆனால் தங்களிடம் இருக்கிறதென்று தெரிந்தால் அவன் ஸத்ராபூரை நோக்கிப் படையெடுத்து வரக்கூடும்” என்றார் கிருஷ்ணர்.

“வரட்டுமே! நம்மால் அவனை எதிர்க்க முடியாதா என்ன?” என ஸத்ராஜித் கேள்வியெழுப்பினார்.

“ஸத்ராஜித் அவர்களே! நம் மக்கள் அமைதியாக வாழவேண்டும் என்பதற்காக தான் அனைவரையும் மதுராவில் இருந்து துவாரகாவிற்கு அழைந்து வந்திருக்கிறோம். இங்கேயும் யுத்தம் என்றால் நாம் மதுராவிலேயே இருந்திருக்கலாம் அல்லவா?!”

"கிருஷ்ணரே! இந்த ஸத்ராஜித் துவாரகையின் ஆதிக்கத்திற்கு உட்பட்டவன் தான். அதற்காக நான் தங்களுடைய அடிமை என்று பொருள் இல்லை. இந்த சியமந்தகம் எனக்கு மட்டுமே சொந்தமானது. இது என்னிடம் தான் இருக்க வேண்டும். இதை யாரிடமும் என்னால் ஒப்படைக்க முடியாது. அப்படியே ஜராசந்தன் படையெடுத்து வந்தாலும் தங்களுடைய துணை இல்லாமல் நான் தனியாகவே அவனை எதிர்த்து நிற்பேன்."

"தாங்கள் என்னை தவறாகப் புரிந்து கொள்கிறீர்கள்!"

"நான் சரியாகப் புரிந்து கொண்டு தான் பேசுகிறேன், கிருஷ்ணரே! வாசுதேவ கிருஷ்ணனுக்குப் பிறர் பொருளை பறிப்பதொன்றும் புதியதல்லவே? சிசுபாலன் மணக்க வேண்டிய பெண்ணை திருட்டுத்தனமாக கவர்ந்து வந்தவன் தானே நீ?" என்று ஸத்ராஜித் கூறியதும் பலராமர் கோபமாக தன் ஆசனத்தில் இருந்து எழுந்தார்.

"இதே வார்த்தையை வேறொருவன் சொல்லி இருந்தால் இந்நேரம் அவன் தலையை என் கதையால் அடித்து நொருக்கியிருப்பேன். வயது முதிர்ந்த ஒருவரிடம் பலத்தைக் காட்டக் கூடாது என்னும் ஒரே காரணத்திற்காக தான் பொறுமையாக பேசிக் கொண்டிருக்கிறேன். கிருஷ்ணனின் சுதர்சன சக்கரத்தை விடவோ பாஞ்சஜன்யத்தை விடவோ உன்னுடைய சியமந்தக மணி ஒன்றும் உயர்ந்ததல்ல. இன்னொரு முறை என் தம்பியை பற்றி நீ இவ்வாறு பேசினால் உன் பிராணன் பிரேதத்தை விட்டு வெளியேறுவது உறுதி. என்னப் புரிகிறதா?" என்று அந்த மாளிகையே அதிரும்படியாக பலராமர் கர்ஜித்தார்.

"தங்களிடமிருந்து இதை நான் எதிர்ப்பார்க்கவில்லை. நான் இங்கே வந்திருக்கவே கூடாது" என்ற ஸத்ராஜித் மிகுந்த கோபத்துடன் அங்கிருந்துப் புறப்பட்டான்.

வெளியே ஸத்ராஜித் அவ்வாறு கோபமாக செல்வதை கண்ட உத்தவர் குழம்பிப் போனார். அவர் அங்கிருந்து சென்ற பிறகு கிருஷ்ணரும் பலராமரும் எதுவும் பேசிக் கொள்ளவில்லை. இருவரும் ஒருவரை ஒருவர் பார்த்துக் கொள்ளக் கூட இல்லை. ஆனால் இது இத்தோடு முடியப்போவதில்லை என்பதை மட்டும் இருவருமே அறிந்திருந்தனர்.

கடந்த கால கனவு

அந்த இரவின் இரண்டாம் ஜாமத்தில் முழுமதி வானத்தில் ஏறி நின்று துவாரகையின் அழகை ரசித்துக் கொண்டிருந்தது. சந்தைகள் சாலைகள் சாவடிகள் என நகரின் எல்லா இடங்களிலும் ஆள் நடமாட்டம் குறைந்து வெறிச்சோடிக் கிடந்தன. வீதிகளில் ஆங்காங்கே ஒலித்துக் கொண்டிருந்த காவல் வீரர்களின் அரவத்தை தவிர்த்துவிட்டு துவாரகா மெல்ல மெல்ல உறங்க துவங்கியது.

கிருஷ்ணர் தன் மாளிகையின் சாளரத்தருகே நின்று நகரின் காவலை கண்காணித்து கொண்டிருந்தார். அந்த அமைதியிலும் அவருடைய மனதில் பல எண்ணங்கள் எழுந்துப் பெரும் இரைச்சலை உருவாக்கிக் கொண்டிருந்தன. தீவிரமாக சிந்தித்தபடியே துவாரகாவின் வீதிகளை வெறித்துப் பார்த்துக் கொண்டிருந்தார், கிருஷ்ணர்.

அப்பொழுது, "என்ன சிந்தித்துக் கொண்டிருக்கிறீர்கள் பிரபு?", பின்னால் இருந்து வந்தது ருக்மிணி தேவியின் குரல்.

கிருஷ்ணர் பின்னால் திரும்பி ருக்மிணியை பார்த்துவிட்டு எதுவும் பேசாமல் திரும்பிக் கொண்டார்.

ருக்மிணி மீண்டும் கிருஷ்ணரின் அருகில் வந்து, "என்ன சிந்தித்துக் கொண்டிருக்கிறீர்கள் பிரபு?" என்று கேட்டாள்.

கிருஷ்ணர் எதுவும் பேசாமல் அமைதியாக இருக்கவே, "பிரத்யும்னனை எண்ணி வருந்துகிறீர்களா?" எனக் கேட்டாள் ருக்மிணி.

"அவனை எண்ணி நான் ஏன் வருந்தப் போகிறேன்? அவன் என்னுடைய மகன், தேவி! எங்கே இருந்தாலும் பாதுகாப்பாக தான் இருப்பான்."

"பிறகு என்ன சிந்தனை?"

கிருஷ்ணர் ஒருகணம் சிந்தித்துவிட்டு, "அது என்னவோ தேவி! சில சமயங்களில் நாம் சொல்வதை மனிதர்கள் தவறாகவே புரிந்து கொள்கிறார்கள்" என்றார்.

"ஆனாலும் ஸத்ராபூர் மன்னரிடம் தாங்கள் அவ்வாறு பேசியிருக்கக் கூடாது" என்றாள் ருக்மிணி.

"நான் அவருடைய நன்மைக்காக தான் அவ்வாறு கூறினேன் தேவி!"

"ஆனால் அவர் இடத்தில் யார் இருந்தாலும் தாங்கள் பேசியது தவறாக தான் இருந்திருக்கும் பிரபு!"

"தேவி! நீயும் புரிந்து கொள்ளாமல் பேசுகிறாயே! ஜராசந்தன் சிற்றரசுகளை நோக்கிப் படையெடுத்துக் கொண்டிருக்கிறான். சியமந்தக மணியைபோல் ஓர் பொக்கிஷம் ஸத்ராஜித்திடம் இருப்பது தெரிந்தால் மகத நாட்டுப் படை நேராக ஸத்ராபூரை நோக்கி விரையக்கூடும். நம்முடைய ஆதிக்கத்திற்கு கீழ் இருக்கும் நகரை மகத நாட்டு மன்னன் படையெடுத்து வரும்போது நாம் வேடிக்கைப் பார்த்துக் கொண்டிருக்க முடியுமா? நம்முடைய படையும் மகத நாட்டு படையை எதிர்க்க அணிவகுத்து செல்லும். அடுத்த கணமே உன் அண்ணனும் சிசுபாலனும் ஜராசந்தனுடன் இணைந்துவிடுவர். பெரும் போர் மூளும். தேவையில்லாமல் என் நாட்டு மக்கள் அல்லல்படுவதை நான் விரும்பவில்லை. அதுவே சியமந்தக மணி நம்முடைய நேரடி பாதுகாப்பில் இருந்தால் ஜராசந்தன் அதைப் பெரிதாக கருதமாட்டான். அப்படியே அவன் சியமந்தகத்தை கைப்பற்ற நினைத்தாலும் துவாரகாவை முற்றுகையிடுவது முடியாத காரியம். அதுமட்டுமல்லாமல்

ஸத்ராஜித்தை சுற்றியிருப்பவர்களும் நல்லவர்களல்ல. அவர்களே சியமந்தக மணியை அபகரிக்கக்கூடும். அதனால் தான் நான் ஸத்ராபூர் மன்னரிடம் அவ்வாறு கூறினேன்.”

“பிரபு! நான் தங்களை புரிந்து கொள்ளாமல் பேசவில்லை. ஏதோ நிகழ்ந்தது நிகழ்ந்துவிட்டது. அதற்காக அதையே நினைத்துக் கொண்டிருப்பதால் எந்தப் பயனும் இல்லையே!” என்றாள் ருக்மிணி.

அதன் பின் ருக்மிணியும் கிருஷ்ணரும் எதுவும் பேசிக்கொள்ளாமல் சிறிது நேரம் அமைதியாக இருந்தனர்.

“வாருங்கள் பிரபு! உறங்கலாம். நேரமாகிவிட்டது.”

“நீ சென்று உறங்கு தேவி! நான் சிறிது நேரம் கழித்து வருகிறேன்” என்று கிருஷ்ணர் கூறியதும் ருக்மிணி உறங்க சென்றாள்.

ருக்மிணி சென்று ஒரு நாழிகைக்குப் பிறகு கிருஷ்ணரும் சென்று ருக்மிணிக்கு அருகில் படுத்துக் கொண்டார். ருக்மிணி நன்றாக உறங்கிவிட்டாள். ஆனால் ருக்மிணியை போல் கிருஷ்ணரால் உறங்க முடியவில்லை. அவர் மனக்கண்ணில் கடந்த கால காட்சிகள் ஓடத் துவங்கின.

அப்பொழுது கிருஷ்ணரும் பலராமரும் ப்ரவர்சன மலையின் மீது வேகமாக ஓடி கொண்டிருந்தனர். பின்னால் ஜராசந்தன் தன் படையோடு இருவரையும் துரத்திக் கொண்டே வந்தான். கிருஷ்ணரும் பலராமரும் மலை உச்சியின் மீது ஏறினர். ஜராசந்தன் தன் படை தளபதிகளுடன் கீழேயே நின்றுவிட்டான். ஜராசந்தனின் படைவீரர்கள் மட்டும் இருவரையும் துரத்திக் கொண்டே மலையின் மீது ஏறினர். கிருஷ்ணரும் பலராமரும் மலை உச்சியின் மீது ஏறி ஜராசந்தனின் படை வீரர்கள் மேலே வருவதை கவனித்துக் கொண்டிருந்தனர். மலையில் புதரும் மரங்களும் மண்டிக் கிடந்ததால் படைவீரர்கள் பல பிரிவுகளாய் பிரிந்துவிட்டனர்.

அப்பொழுது, "அதோ! அங்கே இருக்கிறார்கள்!" என்று ஒரு வீரன் மலை உச்சியை நோக்கிக் கை காட்டினான்.

"தம்பி! இவர்கள் எனக்கு மட்டும் தான்" என்ற பலராமர் தன் முஷ்டியை மடக்கினார்.

"தங்களுடைய விருப்பம்" என்று கூறிய கிருஷ்ணர் புன்னகை செய்தார்.

மேலே ஏறி வந்த வீரர்கள் அனைவரையும் பலராமர் தனியாளாக அடித்து நொறுக்கினார். நீண்ட நேரமாக மலையின் அடிவாரத்திலேயே காத்துக் கொண்டிருந்த ஜராசந்தன், வெகு நேரமாகியும் தன் வீரர்கள் திரும்பாததால் மலையையே வெறித்துப் பார்த்தபடி நின்றிருந்தான்.

"மறைந்திருந்து தாக்குவதில் வல்லவன் தான் இந்த கிருஷ்ணன்" என்ற ஜராசந்தன், தன் அருகிலிருந்த படை தளபதியை அழைத்து மலைக்கு தீ மூட்ட ஆணையிட்டான்.

உடனடியாக மலையின் அடிவாரத்திலிருந்த மரங்களுக்கும் புதர்களுக்கும் தீ வைக்கப்பட்டது. தீ கொஞ்சம் கொஞ்சமாய் பரவி மலையின் மீது வேகமாக ஏற துவங்கியது. அதைக் கவனித்த கிருஷ்ணரும் பலராமரும் மலை உச்சியிலிருந்து மறுபக்கமாக கீழே குதித்தனர்.

ப்ரவர்சன மலையே நெருப்பாய் பற்றி எரிந்து கொண்டிருந்தது. மலையிலிருந்த மரங்களும் மிருகங்களும் செடிகளும் பறவைகளும் நெருப்பில் சிக்கி எரிந்துப் போயின. அந்த நெருப்பிலேயே மதுராவின் இளவரசர்களும் மடிந்துவிட்டதாக எண்ணிய மகத நாட்டு வீரர்கள் வெற்றி களிப்பில் கூச்சலிடத் துவங்கினர். ஜராசந்தனின் முகத்தில் கம்சனின் மரணத்திற்காக பழி தீர்த்துக் கொண்ட திருப்தி தோன்றி மறைந்தது.

அப்பொழுது பின்னால் இருந்து, "பிரபு! பிரபு! நாம் ஏமாந்துவிட்டோம்! நன்றாக ஏமாந்துவிட்டோம்" என்று

கத்திக்கொண்டே புரவியில் இரண்டு வீரர்கள் ஜராசந்தனை நோக்கி வந்தனர்.

மகத நாட்டு மன்னன், "என்ன?" என்பது போல் அந்த வீரர்களின் மீது தன் விழிகளை நாட்டினான்.

"யாதவ இளவரசர்கள் தங்களை இங்கே திசை திருப்பிவிட்டு மதுராவின் மக்கள் அனைவரையும் புதிய நகரத்திற்கு குடிபெயர்த்துவிட்டனர்" என்று அவ்வீரர்களில் ஒருவன் உரைத்ததும் ஜராசந்தனின் முகத்தில் கோபமும் வெறியும் வெடித்து சிதறியது.

தன் உறையில் இருந்த வாளை உருவி அந்த இரு வீரர்களின் தலையையும் சீவி விட்டு, "வாசுதேவ கிருஷ்ணா!" என்று பூமியே அதிரும்படியாக ஜராசந்தன் முழங்கினான். அதன் எதிரொலி மலையின் மறுபக்கமாக நடந்துப் போய் கொண்டிருந்த யாதவ இளவரசர்களின் காதிலும் விழுந்தது.

"இந்நேரம் நம் பிரஜைகள் அனைவரும் புதிய நகரத்தை அடைந்திருப்பார்கள் அல்லவா?!" எனக் கேட்டார் பலராமர்.

"அடைந்திருப்பார்கள் அண்ணா!"

"ஆனால் கிருஷ்ணா! அந்த நகரை கட்டமைக்கும் பணி இவ்வளவு விரைவாக முடியும் என்று நான் எதிர்ப்பார்க்கவே இல்லை."

"நகரை அமைத்துக் கொடுத்தவன் தேவர்களின் சிற்பி அண்ணா!" எனக் கூறிய கிருஷ்ணர் தன் விஷமப் புன்னகையை இதழ்களில் படரவிட்டார்.

ருக்மிணி

கிருஷ்ணர் போஜ வம்ச மன்னனான கம்சனை கொன்ற பிறகு வாசுதேவர், தேவகி, உக்ரசேனர் ஆகிய மூவரும் நீண்ட கால சிறைவாசத்திலிருந்து விடுவிக்கப்பட்டனர். கிருஷ்ணரின் பாட்டனாரான உக்ரசேனர் மதுராவின் அரியணையில் அமர்த்தப்பட்டார். தன் மருமகனான கம்சன் கிருஷ்ணரால் கொல்லப்பட்டதை அறிந்த ஜராசந்தன், மதுராவை நோக்கிப் பதினேழு முறைப் போர் தொடுத்தான். பதினேழு முறையும் ஜராசந்தன் தோல்வியை தழுவினான். ஆனாலும் அவன் கிருஷ்ணரை பழிவாங்காமல் விடுவதாய் இல்லை. அப்பொழுது தான் கிருஷ்ணரின் இதயத்தில் யாராலும் நெருங்க முடியாத ஒரு புதிய நகரை கட்டமைக்க வேண்டும் என்கிற எண்ணம் எழுந்தது; உடனடியாக தேவர்களின் சிற்பியான விஸ்வகர்மாவை வரவழைத்து விஷயத்தை தெரிவித்தார். யாருக்கும் தெரியாத வகையில் மிகவும் ரகசியமாக கடலுக்கு நடுவே ஒரு பிரம்மாண்டமான நகரத்தை விஸ்வகர்மா உருவாக்க துவங்கினார்.

அப்பொழுது பதினெட்டாவது முறையாக கருஷ நாட்டு மன்னனான தந்தவக்ரன், சேதி நாட்டு மன்னன் தமகோஷன், விதர்ப நாட்டு ருக்மி ஆகியோரின் துணையோடு ஜராசந்தன் மதுராவின் மீது போர் தொடுத்தான். பல முறை ஜராசந்தனோடு போரிட்டதால் மதுராவின் பலமும் குன்றிக் கிடந்தது. அந்த வேளையில் குரு வம்சத்தினரும் உதவிக் கரம் நீட்டவில்லை. அடுத்தடுத்த போர்களினால் நாட்டின் பொருளாதார நிலையும் சீர்குலைந்து கிடந்தது. இந்த நிலையில் மகத நாட்டு மன்னன் படையெடுத்து வருகிறான் என்னும்

தகவலை ஒற்றர்களின் வாயிலாக அறிந்துக் கொண்ட கிருஷ்ணர், மதுராவின் மக்களை உடனடியாக துவாரகாவிற்கு குடிபெயர்க்க முடிவு செய்தார். அப்பொழுது துவாரகாவின் கட்டுமான பணிகளையும் விஸ்வகர்மா முடித்திருந்தார்.

மக்களை துவாரகாவிற்கு வழிநடத்திச் செல்லும் பொறுப்பு படைத்தலைவர்களான கிருதவர்மருக்கும் சாத்யகிக்கும் வழங்கப்பட்டது. கிருதவர்மர் இளம் வயது முதலே பல யுத்தங்களை சந்தித்தவராகையால் அனுபவத்தில் சிறந்து விளங்கினார். சாத்யகி இளையவனானாலும் தன்னுடைய விவேகத்தினால் சிறுவயதிலேயே பெரும் பதவி வகித்தான். இருவரும் மிக திறமையாக மக்களுக்கு எந்தவித தீங்கும் நேராமல் அவர்களை பாதுகாப்பாக துவாரகாவிற்கு அழைத்து சென்றனர்.

மறுமுனையில் ஜராசந்தன் மதுராவை பெரும் படையோடு முற்றுகையிட்டான். கிருஷ்ணரும் பலராமரும் ஒரு சிறு படையோடு அவனை எதிர்த்து நின்றனர். சிறிது நேரம் போராடிய கிருஷ்ணரும் பலராமரும் ஜராசந்தனை கண்டுப் பயந்தோடுவது போல் போரை திசைதிருப்பினர்.

ஜராசந்தன் மற்ற மன்னர்களை அங்கேயே இருத்திவிட்டு தன் படையோடு யாதவ இளவர்சகளை துரத்திக் கொண்டு சென்றான். சூழ்நிலையை பயன்படுத்திக் கொண்ட கிருஷ்ணரும் பலராமரும் ஜராசந்தனை ஏமாற்றிவிட்டு துவாரகாவிற்கு தப்பிச் சென்றனர்.

துவாரகாவை அடைந்த பின் ஜராசந்தனின் இம்சை இல்லாமல் யாதவர்கள் நிம்மதியாக வாழ துவங்கினர். நான்குப் பக்கமும் கடலால் சூழப்பட்டிருந்ததால் யாராலும் துவாரகாவின் மீது படையெடுத்து வர முடியவில்லை. நாட்கள் வேகவேகமாக ஓடின.

அப்பொழுது விதர்ப நாட்டின் இளவரசனான ருக்மி தன் தங்கையான ருக்மிணியை சேதி நாட்டின் இளவரசனான

சிசுபாலனுக்கு திருமணம் செய்து வைக்க முடிவு செய்திருந்தான். ஆனால் ருக்மிணியோ கிருஷ்ணரை நேசித்துக் கொண்டிருந்தாள். என்ன செய்வதென்று தெரியாமல் ஒரு ஒற்றனின் மூலமாக கிருஷ்ணருக்கு கடிதமொன்றை எழுதி அனுப்பினாள்.

"மதிப்பிற்குரிய துவாரகாவின் இளவரசருக்கு, விதர்ப நாட்டின் இளவரசி ருக்மிணி எழுதிக் கொள்வது.

நான் சிறுப்பிராயத்திலிருந்தே தங்களுடைய வீர சாகசங்களை கேட்டு வளர்ந்தவள். என்னை அறியாமலேயே என் இதயத்தை தங்களிடம் தந்துவிட்டேன். என்னுடைய அண்ணன் சேதி நாட்டின் இளவரசனான சிசுபாலனை மணந்து கொள்ளும்படி என்னை வற்புறுத்துகிறான். நான் சொல்வதை செவி கொடுத்து கேட்கும் மனநிலையில் அவன் இல்லை. அடுத்த வாரம் எனக்கு திருமணம். நாளை மறுநாள் காலை விதர்ப நாட்டின் மேற்கு எல்லையில் உள்ள துர்க்கை ஆலயத்தில் நான் தங்களுக்காக காத்து கொண்டிருப்பேன். தாங்கள் வரவேண்டும்! வருவீர்கள் என்று நம்புகிறேன்."

ருக்மிணி அனுப்பிய கடிதத்தை கிருஷ்ணர் படித்துக் கொண்டிருந்தார். அக்ரூரரும் பலராமரும் கிருஷ்ணரை மிகுந்த ஆர்வத்தோடுப் பார்த்துக் கொண்டிருந்தனர்.

அந்த கடிதத்தைப் படித்து முடித்த கிருஷ்ணர், "யாரங்கே?" என்று அழைத்ததும் அறையின் வாயிலில் ஒரு காவல் வீரன் வந்து நின்றான். கிருஷ்ணர் தனக்குப் பின்னால் நின்று கொண்டிருந்த விதர்ப நாட்டின் ஒற்றனை சுட்டிக்காட்டி, "இவருக்கு தக்க வெகுமதி அளித்து சகல மரியாதைகளோடு அனுப்பி வையுங்கள்!" என்று ஆணையிட்டார்.

"உத்தரவு பிரபு!"

காவல் வீரன் அந்த ஒற்றனை அழைத்து கொண்டு அவ்விடத்தினின்று அகன்றான்.

பலராமர் கிருஷ்ணரிடம், "என்ன ஓலை அது?" என்று கேட்டார்.

"விதர்ப நாட்டு இளவரசிக்கு..."

"என்னவாம்?"

"என் மீது காதல்."

"அடடே!"

பலராமரின் முகம் மலர்ந்தது.

"நாளை மறுநாள் காலை அவள் நகரத்திற்கு வந்து அவளை அழைத்து செல்ல சொல்கிறாள்."

கிருஷ்ணர் கூறியதைக் கேட்டதும் அக்ரூரர் கலவரம் அடைந்தார்.

"ஆனால் பிரபு! விதர்ப நாட்டின் இளவரசிக்கும் தங்களுடைய உறவினனான சிசுபாலனுக்கும் திருமணம் செய்து வைக்க ருக்மி முடிவு செய்துள்ளதாக நான் கேள்விப்பட்டேன்" என்றார் அக்ரூரர்.

"ஆம் அக்ரூரரே!" என்று நிதானமாக பதிலளித்தார் கிருஷ்ணர்.

"அதனாலென்ன அவள் கிருஷ்ணனை தானே நேசிக்கிறாள்?" என்றார் பலராமர்.

"இருந்தாலும் பலராமரே! ருக்மி எப்படி இதற்கு ஒப்புக்கொள்வான்?"

"அக்ரூரரே! தங்களுக்கு வயதாகிவிட்டதென்பதை இப்பொழுதெல்லாம் அடிக்கடி நிரூபிக்கிறீர்கள். ருக்மியின் தங்கைக்கு கிருஷ்ணனை பிடித்திருக்கிறது. அவ்வளவு தான் விஷயம். இனி அந்த ருக்மி ஒப்பு கொண்டால் என்ன? ஒப்பு கொள்ளாவிட்டால் என்ன?"

"ஆனால் பிரபு! ஜராசந்தன், சால்வன், தந்தவக்ரன் என நம் எதிரிகள் அனைவரையும் ருக்மி திருமணத்திற்கு அழைத்திருப்பான்."

"அவர்களை எல்லாம் நான் பார்த்துக் கொள்வேன் அக்ரூரரே! கிருஷ்ணா! உனக்கு சம்மதம் தானே? நாங்கள் இருவர் மட்டுமே பேசிக் கொண்டிருக்கிறோம். நீ எதுவும் பேசாமல் அப்படி என்ன சிந்தித்துக் கொண்டிருக்கிறாய்?"

"இல்லை அண்ணா! தேரில் செல்லலாமா அல்ல கருடனை வரவழைக்கலாமா என்று சிந்தித்துக் கொண்டிருந்தேன்" என்று கிருஷ்ணர் கூறியதும் பலராமர் சிரித்துக்கொண்டே அருகிலிருந்த அக்ரூரரின் தொடையில் ஓங்கி அறைந்தார். அக்ரூரர் வலி தாங்க முடியாமல் அலறினார்.

"அந்த மூடர்களை மிரட்ட கருடன் தேவையில்லை. கருடனின் கொடியே போதும். நான் தாருகனை வரவழைக்கிறேன். நீ புறப்பட ஆயத்தமாகு. அக்ரூரரே! கிருஷ்ணனின் திருமணத்திற்கு உத்தவரிடம் சொல்லி ஒரு நல்ல முகூர்த்தத்தை முடிவு செய்து வையுங்கள்."

கிருஷ்ணர் புறப்பட ஆயத்தமானார். தேவகிக்கும் வாசுதேவருக்கும் இந்த செய்தி தெரிவிக்கப்பட்டது. துவாரகையின் வாயிற்கதவு திறக்கப்பட்டது. கருடனின் கொடி தாங்கிய ரதத்தில் கிருஷ்ணர் விதர்ப நாட்டிற்கு புறப்பட்டார். பின்னாலேயே பலராமரும் பெரும்படையோடு புறப்பட்டார். துவாரகாவின் வாயிற்கதவு ருக்மிணி தேவியின் வருகைக்காக திறந்தே கிடந்தது.

கிருஷ்ணரும் ருக்மியும்

அந்த காலை வேளையில் கிழக்கே உதித்த கதிரவன் கொஞ்சம் கொஞ்சமாய் மேலே எழுந்து விதர்ப நாட்டின் மாளிகைகளுக்குள்ளே எட்டிப் பார்த்துக் கொண்டிருந்தான். இளவரசியின் திருமணத்தை முன்னிட்டு விதர்ப நாடு விழாக்கோலம் பூண்டிருந்தது. எல்லா வீதிகளிலும் மக்கள் கூட்டம் நிரம்பி வழிந்தது. முந்தைய நாள் இரவே சேதி நாட்டு மன்னன் தமகோஷனும் இளவரசன் சிசுபாலனும் வந்துவிட்டனர். வந்ததும் சிசுபாலன் ருக்மியிடம் ருக்மிணியை காண வேண்டுமென கூறினான்.

ஆனால் ருக்மி, "இப்பொழுது ஓய்வெடுங்கள்! காலையில் பார்த்துக் கொள்ளலாம்" என்று கூறிவிட்டான்.

ருக்மிணிக்கு இந்த திருமணத்தில் சிறிதளவும் விருப்பமில்லையென்பதை ருக்மி நன்றாகவே அறிந்திருந்தான். ஆனாலும் அவனுடைய சுயநலம் கருதி அவளை சிசுபாலனுக்கு மணம் முடித்து வைப்பதில் அவன் தீர்மானமாக இருந்தான்.

காலையில் பொழுது விடிந்ததும் துர்க்கை கோவிலுக்கு சென்று வருவதாக ருக்மிணி கூறினாள். ருக்மி முதலில் மறுப்பு தெரிவித்தான்; பின் அவள் மன்றாடிக் கேட்டுக் கொண்டதால் காவலர்கள் சூழ ஒரு மூடுபல்லக்கில் அவளுடைய தோழிகளோடு அவளை அனுப்பி வைத்தான். கோவிலுக்கு சென்றவள் வெகு நேரம் கிருஷ்ணருக்காக காத்துக் கொண்டிருந்தாள். நீண்ட நேரமாகியும் அவர் வராததால் மனமுடைந்துப் போன ருக்மிணி துர்க்கையை நோக்கி கைக்கூப்பி வணங்கினாள்.

"தேவி! என்மேல் கருணை காட்டு. அவர் வர வேண்டும். என்னை இங்கிருந்து அழைத்து செல்ல வேண்டும். இல்லையென்றால் என் உயிரை இங்கேயே மாய்த்துக் கொள்வேன்."

ருக்மிணியின் கண்களில் கண்ணீர் தேங்கி நின்றது.

அப்பொழுது, "அதற்கு தேவை இருக்காது தேவி" என்று பின்னால் இருந்து ஓர் குரல் எழுந்தது.

அந்தக் குரலைக் கேட்டு திடுக்கிட்டவள் பின்னால் திரும்பிப் பார்த்தாள். அங்கே அவளை நோக்கிப் புன்னகைத்தபடி கிருஷ்ணர் நின்றுகொண்டிருந்தார்.

"நம்பியவரை நான் ஒருபோதும் கைவிடுவதில்லை, தேவி!".

அதுவரையில் அவள் கிருஷ்ணரை கண்டதே இல்லை. ஆனாலும் அவளுடைய ஆழ்மனம் கிருஷ்ணரை அடையாளம் கண்டுகொண்டது. இருவரின் கண்களும் ஒன்றோடு ஒன்று நிலைப்பெற்று நின்றன. சுற்றியிருந்த ஓசைகள் யாவும் அடங்கிப்போயின. ஒருகணம் அண்டசராசரமே ஸ்தம்பித்து நின்றது. அப்பொழுது இருப்பில் இருந்ததெல்லாம் கிருஷ்ணரும் ருக்மிணியும் மட்டுமே. காதல் இருவரையும் மயக்கத்தில் ஆழ்த்தியது. ஆனால் அந்த மயக்கம் நீண்ட நேரம் நிலைக்கவில்லை.

"தேவி! உன்னை என் உற்ற துணையாக நான் ஏற்றுக் கொள்கிறேன். விதர்ப நாட்டின் இளவரசிக்கு துவாரகா வர விருப்பமா?" என்று கிருஷ்ணர் கேட்க ருக்மிணி தன் கண்களை துடைத்துக் கொண்டு கிருஷ்ணரை நோக்கிப் புன்னகைத்தாள்.

கிருஷ்ணர் அவளை அங்கிருந்து அழைத்து சென்றார். வெளியே விதர்ப நாட்டு வீரர்கள் அனைவரும் விழுந்து கிடந்தனர். தன் தோழிகளிடமிருந்து ருக்மிணி தேவி விடைப்பெற்றாள். கிருஷ்ணரும் ருக்மிணியும் தேரில் ஏறி

அமர்ந்ததும் தாருகன் தேரை செலுத்தினான். தேர் விதர்ப நாட்டின் எல்லையை கடந்து சென்றது.

அடுத்த ஒரு நாழிகைக்குள்ளாக செய்தி ருக்மியை எட்டியது; படைத்தளபதியை உடனே வரவழைத்தான்.

"வேற்று நாட்டு மன்னன் ஒருவன் தன்னந்தனியாக நம் எல்லைக்குள்ளே புகுந்து நம் வீரர்களை அடித்துவிட்டு இளவரசியை கடத்தி சென்றிருக்கிறான். இது தான் தாங்கள் நாட்டை காக்கும் லட்சணமா?" என்றான் ருக்மி.

கோபத்தில் அவனுடைய இரத்த நாளங்கள் கொதித்தெழுந்தன. படைத்தளபதி வெட்கி தலைகுனிந்தான். ருக்மி பித்துப் பிடித்தவன் போல் தன் ஆசனத்தில் இருந்து எழுந்து அங்கும் இங்கும் நடக்க துவங்கினான்.

"நம் வீரர்கள் அனைவரையும் மாறுவேடம் பூண்டு மக்களோடு மக்களாக கலந்து எல்லைக்கு வெளியே அணிவகுத்து நிற்க ஆணையிடுங்கள். தாங்கள் என்ன செய்வீரோ எனக்கு தெரியாது. சரஸ்வதி நதியை தாண்டும் முன்பாக அந்த கிருஷ்ணனை நம் படை சுற்றி வளைத்தாக வேண்டும்."

"உத்தரவு பிரபு!"

படைத்தளபதி அங்கிருந்துப் புறப்பட்டான்.

"தளபதியாரே!" என்று ருக்மி அழைத்ததும் அங்கிருந்துப் புறப்பட்டவன் பணிவோடு திரும்பி நின்றான்.

"எக்காரணம் கொண்டும் சேதி நாட்டினரின் செவிகளுக்கு இச்செய்தி எட்டிவிடக் கூடாது" என்று ருக்மி கூறியதும் படைத்தளபதி தலையசைத்துவிட்டு அகன்றான்.

அடுத்த மூன்று நாழிகைகளுக்குள்ளாகவே விதர்ப நாட்டு வீரர்களனைவரும் எல்லைக்கு வெளியே அணிவகுத்து நின்றனர். ஆனால் சேதி நாட்டினரின் செவிகளுக்கு இச்செய்தி

எப்படியோ எட்டிவிட்டது. கொதித்தெழுந்த தமகோஷனும் சிசுபாலனும் ருக்மியிடம் சென்று முறையிட்டனர். ஆனால் ருக்மி, அந்த கிருஷ்ணன் தான் வலுக்கட்டாயமாக ருக்மிணியை கடத்தியிருக்கக்கூடும்; தானே நேரடியாக சென்று கிருஷ்ணனை கொன்றுவிட்டு ருக்மிணியை அழைத்து வருவதாக அவர்களுக்கு சமாதானம் கூறினான்.

ருக்மியின் தலைமையில் தேர்களும் புரவிகளும் களிறுகளும் காலாட்படை வீரர்களும் கிருஷ்ணரை துரத்திப்பிடிக்க மனோவேகத்தில் காற்றை கிழித்துக் கொண்டு ஓடத் துவங்கின. காலையில் துவங்கிய ஓட்டம் மாலை வரை தொடர்ந்தது.

அப்பொழுது ருக்மியின் கண்களுக்கு தொலைவில் ஒரு ரதம் தென்பட்டது.

அந்த ரதத்தை கண்டதும், "வாசுதேவ கிருஷ்ணா!" என்று வானமே இடிந்து விழும்படியாக ருக்மி சப்தம் எழுப்பினான். அவன் எழுப்பிய சத்தத்தைக் கேட்டுத் திரும்பிய கிருஷ்ணர் ருக்மியின் படையை கண்டதும், "தாருகா! ரதத்தை திருப்பி நிறுத்து" என்றார்.

"உத்தரவு பிரபு!", தாருகன் ஓடும் வேகத்திலேயே தேரை திருப்பினான். தேர் புழுதி இரைத்துக் கொண்டு திரும்பி நின்றது. கிருஷ்ணரின் தேர் அவ்வாறு நின்றதும் வேகமாக வந்து கொண்டிருந்த ருக்மியும் அவனது வீரர்களும் அப்படியே நின்றுவிட்டனர். அப்பொழுது ருக்மியும் கிருஷ்ணரும் எதிரெதிரில் நின்று கொண்டிருந்தனர்.

"ஏன் இவ்வாறு ஓடுகிறாய் கிருஷ்ணா! ஒரு மன்னனுக்கு இது அழகு தானா?!" என்றான் ருக்மி.

"ருக்மி! ரதம் நின்று கொண்டிருப்பது உன்னுடைய கண்களுக்கு தெரியவில்லையா?" என்றார் கிருஷ்ணர்.

"ரதம் தானாக நிற்கவில்லை. நான் நிற்க வைத்தேன்" என்று கூறிய ருக்மி, கிருஷ்ணரையும் ருக்மிணியையும் பார்த்து முறைத்தான்.

"சரி! நீ நிற்க வைத்ததாகவே இருக்கட்டும். இப்பொழுது உனக்கு என்ன வேண்டும்?"

"என் தங்கையை என்னிடம் ஒப்படைத்துவிடு! அவள் வேறொருவனுக்கு நிச்சயிக்கப்பட்டவள். இப்படி வேறொரு ஆண்மகனுக்கு நிச்சயிக்கப்பட்டப் பெண்ணை கவர்ந்து செல்கிறாயே, நீயும் ஒரு க்ஷத்ரியனா?"

"ருக்மி! உன் தங்கைக்கு உன்னோடு வர விருப்பமென்றால் நீ தாராளமாக அவளை அழைத்துச் செல்லலாம்" என்று கிருஷ்ணர் கூறியதும் ருக்மி ருக்மிணியை பார்த்து முறைத்தான்.

"ருக்மிணி! இந்த கிருஷ்ணன் இப்பொழுது என் கைகளால் மடிய போகிறான். நம் நாட்டின் படையை ஒருகணம் பார்! இவனால் தனியாக என்ன செய்துவிட முடியும்? அதனால் மரியாதையாக என்னுடன் வந்துவிடு. இல்லையென்றால் அவனோடு சேர்த்து உன்னையும் கொன்றுவிடுவேன்" என்று ருக்மி மிரட்டியதும் பயந்துப் போன ருக்மிணி கிருஷ்ணரின் தோளை பற்றிக் கொண்டு அவர் முதுகுக்குப் பின்னால் மறைந்து கொண்டாள். ருக்மிணியின் அந்த செய்கையால் ருக்மியின் முகம் கோபத்தில் வெடித்து சிதறியது.

"ருக்மி! உன் தங்கை என்னோடு வாழ விரும்புகிறாள். நானும் அவளை விரும்புகிறேன். எங்களுக்குள்ளே நீ குறுக்கிடாதே! என் மனைவியின் தமையன் என்னும் ஒரே காரணத்திற்காக உன்னை மன்னித்துவிடுகிறேன். மரியாதையாக ஓடிவிடு" என்ற கிருஷ்ணர் தாருகனை நோக்கி, "தாருகா! தேரை திருப்பு" என்று ஆணையிட்டார்.

"ஒரு அடி...ஒரு அடி கூட நீ எடுத்து வைக்க முடியாது" என்றான் ருக்மி.

"இது தான் உன்னுடைய முடிவா?"

"ஆம்!"

"அப்படியென்றால் வா ருக்மி! வாய்ப்பேச்சை விட்டுவிட்டு வாளெடுத்து வா! என்னோடுப் போர் புரிவாயாக."

"வீரர்களே! இந்த கிருஷ்ணனையும் ருக்மிணியையும் இங்கேயே வெட்டி எறியுங்கள்" என்று ருக்மி ஆணையிட்டதும் வீரர்கள் அனைவரும் வெறிக் கூச்சலிட்டனர். யானைகள் மதம் பிடித்தாற் போல் பிளறின. ஆயிரக்கணக்கான புரவிகள் கிருஷ்ணரின் ரதத்தை நோக்கி முன்னேறின. லட்சக்கணக்கான அம்புகள் வானத்தில் எழுந்தன.

கிருஷ்ணர் கண்களை மூடி தன் கரத்தினை உயர்த்தி ஒரு மந்திரத்தை உச்சரித்தார். அவர் விரல்நுனியில் ஒரு ஒளி தோன்றி மறைந்தது. மறுகணம் அவருடைய கரத்தினில் சக்ராயுதம் சுழன்று கொண்டிருந்தது.

பகை

கிருஷ்ணரையும் ருக்மிணியையும் கொன்றுவிடுமாறு ருக்மி ஆணையிட்டதும் விதர்ப நாட்டின் வீரர்கள் அனைவரும் வெறிக்கூச்சலிட்டபடியே கிருஷ்ணரின் ரதத்தை நோக்கி முன்னேறினர். அப்பொழுது கிருஷ்ணர் தன் சக்ராயுதத்தை விண்ணில் செலுத்தினார். சுதர்சன சக்கரம் மேலே எழுந்து விதர்ப நாட்டினர் செலுத்திய அம்புகளை எல்லாம் சுக்குநூறாக உடைத்தெறிந்தது. கிருஷ்ணரின் சக்ராயுதத்தை கண்டதும் வீரர்கள், புரவிகள், களிறுகள் என அங்கே இருந்த இருந்த அத்தனை உயிர்வாழிகளும் அச்சத்தில் அந்தந்த இடத்தில் அப்படியே ஸ்தம்பித்துப் போய் நின்றன. அதன் பிரகாசத்தை கண்டு கதிரவனே ஒருகணம் ஓடி ஒளிந்துகொண்டான்.

அப்பொழுது சக்ராயுதத்திலிருந்து பதினாறு கரங்களிலும் ஆயுதங்களை தாங்கிக் கொண்டு சுதர்சனர் விண்ணில் தோன்றினார். பிரளயமே ஏற்பட்டுவிட்டதுப் போல் ஒரு பெரும் சப்தம் உலகின் நாலாபக்கங்களிலும் பரவியது. அதுவரையில் துணிவோடு நின்று கொண்டிருந்த ருக்மியும் சுதர்சனரை கண்டதும் மிரண்டுப் போய் ஒரு அடி பின்னால் எடுத்து வைத்தான். சுதர்சனர் மீண்டும் சக்கரமாக மாறி விதர்ப நாட்டின் படையினுள்ளே ஊடுருவினார். சுதர்சன சக்கரம் சுழன்று சென்ற திசைகளில் எல்லாம் வீரர்களின் தலைகள் துண்டிக்கப்பட்டுத் தரையில் விழுந்தன. பயந்துப் போன விதர்ப நாட்டு வீரர்கள் பின்வாங்க துவங்கினர். குதிரைகளும் யானைகளும் மிரண்டுப் போய் அங்குமிங்கும் ஓடிக் கொண்டிருந்தன. சில யானைகளுக்கு மதம் பிடித்துப் போய் விதர்ப நாட்டு வீரர்களையே தாக்க துவங்கின.

ருக்மி தன் வில்லில் நாணேற்றி கிருஷ்ணரை நோக்கி தாக்குதல் தொடுத்தான். கிருஷ்ணரும் தன் சாரங்கத்தை ஏந்தி எதிர் தாக்குதல் தொடுத்தார். இருவருக்கும் இடையில் துவந்த யுத்தம் தொடங்கியது.

ருக்மிணியோ தன்னால் தான் இந்த யுத்தம் நிகழ்கிறது என்னும் வருத்தத்தில் கைகளால் தன் முகத்தை மூடிக்கொண்டு தேரில் அமர்ந்து அழுக துவங்கிவிட்டாள். அப்பொழுது பலராமரின் தலைமையில் துவாரகா நாட்டின் படை உள்ளே நுழைந்தது.

ஒரு சில நாழிகைகளுக்குள்ளாகவே விதர்ப நாட்டின் வீரர்கள் அனைவரும் வெட்டி வீழ்த்தப்பட்டனர். நீண்ட நேரம் போராடிய ருக்மியின் வில்லை கிருஷ்ணர் தன் அம்பால் தட்டி வீசினார். ருக்மி நிராயுதபாணியாக நிறுத்தப்பட்டான். தாருகன் தேரை ருக்மிக்கு அருகில் கொண்டு சென்றான். கிருஷ்ணர் தன் வாளை உருவிக் கொண்டு கீழே இறங்கினார். ருக்மியின் சிரத்தை வெட்ட கிருஷ்ணர் வாளை ஓங்கவே, "பிரபு! வேண்டாம் பிரபு!" என்று ருக்மிணி கிருஷ்ணரின் கால்களில் விழுந்து மன்றாடினாள்.

"என்னைவிடு ருக்மிணி! இவனை கொன்றால் தான் என் கோபம் தீரும்."

"வேண்டாம் பிரபு! எனக்காக இவரை மன்னித்துவிடுங்கள்! தயை கூர்ந்து நான் சொல்வதை கேளுங்கள். அண்ணனை கொன்றுவிட்ட குற்றவுணர்வோடு என்னால் அமைதியாக வாழ முடியாது" என்று கூறிய ருக்மிணி, கிருஷ்ணரின் காலடியில் அழுதுக் கெஞ்சினாள்.

கிருஷ்ணர் ஓங்கிய தன் வாளை தாழ்த்திவிட்டு சிறிது நேரம் சிந்தித்தார். ருக்மி, எந்தவிதமான உணர்வையும் வெளிக்காட்டாமல் கிருஷ்ணரையே வெறித்துப் பார்த்துக் கொண்டிருந்தான். கிருஷ்ணர் தன்னை நிதானப்படுத்திக் கொண்டு வாள்நுனியை ருக்மியின் கீழ் உதட்டில் வைத்து, "உன்

தங்கையால் நீ தப்பித்தாய் ருக்மி! ஆனாலும் உன்னுடைய சுயநலத்துக்காக உன் தங்கையையே கொல்ல நினைத்த உன் வீரத்திற்கு வெகுமதி அளிக்காமல் செல்ல எனக்கு மனமில்லை" என்றவாறே வாளை மேலே கொண்டு சென்று ருக்மியின் மீசையை முழுவதுமாக சிரைத்தார். ருக்மியின் கண்கள் கோபத்தில் சிவந்தன.

"வேண்டாம் கிருஷ்ணா! என்னை கொன்றுவிடு!"

"ஒருவனை ஒருமுறை தான் கொல்ல வேண்டும் ருக்மி!" என்று கூறிய கிருஷ்ணர், ருக்மியின் சிரத்தில் வாள் வைத்து அவன் முடியை ஒருபக்கமாக சிரைத்து தள்ளினார். பாதி மழிக்கப்பட்ட தலையுடன் வெட்கி தலைகுனிந்தான், ருக்மி.

"இப்படியே திரும்பிப் பார்க்காமல் சென்றுவிடு!"

"செல்கிறேன் கிருஷ்ணா! ஆனால் ஒன்றை மட்டும் மறந்துவிடாதே! இனி நான் வாழப் போகும் ஒவ்வொரு கணமும் உன்னுடைய மரணத்தைப் பற்றித் தான் சிந்தித்துக் கொண்டிருப்பேன். உன்னை அணுஅணுவாய் சித்ரவதை செய்து கொல்வேன் கிருஷ்ணா! சித்ரவதை செய்து கொல்வேன்!" என்று கோபத்தாலும் அவமானத்தாலும் வெகுகொண்டு வார்த்தைகளை உதிர்த்தான், ருக்மி. கிருஷ்ணர் எதுவும் பேசாமல் அவனைப் பார்த்து புன்னகைத்தார். ருக்மியின் கண்கள் கோபக்கனலை கக்கின. ருக்மிணியால் ருக்மியை ஏறெடுத்துப் பார்க்க முடியவில்லை.

தொலைவிலிருந்து ருக்மியின் கோலத்தை கண்ட பலராமர், "இவனுடைய அகந்தைக்கு தக்க தண்டனை தான்" என்று தனக்குள்ளேயே சொல்லிக் கொண்டார்.

ருக்மி அந்த கோலத்திலேயே அங்கிருந்து அவன் நாட்டிற்கு நடந்து சென்றான். கிருஷ்ணர் ருக்மிணியை அழைத்துக் கொண்டு துவாரகைக்கு சென்றார். துவாரகா முழுவதும் விழாக்கோலம் பூண்டது. ஒரு சுபமுகூர்த்தத்தில்

கிருஷ்ணருக்கும் ருக்மிணிக்கும் இடையே திருமணம் நடைப்பெற்றது. திருமணத்திற்குப் பல முக்கிய பிரமுகர்கள் வருகைப் புரிந்தனர். பின் துவாரகாவின் மன்னராக கிருஷ்ணருக்கு முடிசூட்டப்பட்டது. ருக்மிணி துவாரகாவின் பட்டமகிஷியானாள்.

மறுமுனையில் ருக்மி தோல்வியுற்ற செய்தியை ஒற்றர்களின் வாயிலாக கேட்டறிந்த சேதி நாட்டு மன்னன் உடைந்துப் போனான். சிசுபாலனின் திருமணத்திற்காக வருகைப் புரிந்திருந்த சால்வன், தந்தவக்ரன், பௌண்ட்ரகன், ஜராசந்தன் ஆகிய நால்வரும் கிருஷ்ணர் ருக்மிணியை கடத்தி சென்றதை கேள்விப்பட்டதும் பொங்கி எழுந்தனர்.

"சேதி நாட்டு மன்னன் தலையசைத்தால் துவாரகாவின் மீது படையெடுக்க நான் தயார்" என்று சால்வன் கூறியதும் அவையில் இருந்த அனைவரும் சால்வனை நோக்கி திரும்பினர்.

"துவாரகா நான்கு பக்கமும் கடலினால் சூழப்பட்டது. முற்றுகையிடுவது இயலாத காரியம். அது மட்டுமல்லாமல் நீ அந்த கிருஷ்ணனை தாழ்வாக மதிப்பிடுகிறாய். அவன் தனியொருவனாக விதர்ப நாட்டுப் படையை எதிர்கொண்டிருக்கிறான். இன்னுமா உனக்குப் புரியவில்லை? அவன் தந்திரசாலி மட்டுமல்ல; பலசாலியும் கூட!" என்று கூறிய ஜராசந்தன் சால்வனின் கருத்தை எதிர்த்தான்.

"அதற்காக இதை இப்படியே விட்டுவிடலாம் என்கிறீர்களா ஜராசந்தரே?!" என்ற தந்தவக்ரனின் இதழ்களில் ஏளனம் விரிந்தது.

"இல்லை தந்தவக்ரா! அவனுடைய இடத்திற்குப் போய் அவனை தாக்குவது முட்டாள்தனம். அது முடியாத காரியமும் கூட!. அவனை நம்முடைய வலையில் விழ வைக்க வேண்டும்" என்றான் ஜராசந்தன்.

"அவனை எப்படி நம் வலையில் விழ வைப்பது?"

"காலம் வரும்! அதுவரையில் காத்திருப்போம்."

அனைவரும் உரையாடிக் கொண்டிருக்க சிசுபாலன் மட்டும் அவர்களுடைய உரையாடலில் கலந்துகொள்ளாமல் அறையின் ஓர் மூலையில் அமர்ந்து கண்ணாடியில் தன் முகத்தையே வெறித்துப் பார்த்துக் கொண்டிருந்தான். அவனுடைய கண்கள் கோபத்தில் சிவந்துக் கிடந்தன. அருகிலிருந்த குறுவாளை எடுத்து அவன் முகத்தில் கிழித்துக் கொண்டான். முகத்தில் ஒரு காயம் உண்டானது. அந்த காயத்தினின்று குருதி பீறிட்டு வழிந்தது.

"வாசுதேவ கிருஷ்ணா!", யாருக்கும் கேட்காத வகையில் சிசுபாலன் கோபமாக முணுமுணுத்தான்.

அபாயம்

"இவன் சிரிப்பைப் பார்த்தாயா தேவி! சிரிப்பிலேயே பார்ப்போரை வசீகரிக்கிறான்."

"தங்களுடைய மகனல்லவா பிரபு?!" என்றாள் ருக்மிணி தேவி.

"நம்முடைய மகன் தேவி" எனக் கூறிய கிருஷ்ணர் புன்னகைத்தார்.

கிருஷ்ணருக்கும் ருக்மிணிக்கும் திருமணமாகி ஓராண்டுக்குப் பிறகு பிரத்யும்னன் பிறந்தான். அவன் பிறந்த நாளை துவாரகாவாசிகள் அனைவரும் பண்டிகையாகவே கொண்டாடினர்.

சில நாட்களுக்குப் பிறகு அவனுக்குப் பெயர் சூட்டு விழா நடைபெற்றது. அன்றிரவு கிருஷ்ணரும் ருக்மிணியும் அவர்களுடைய மாளிகையில் பிரத்யும்னனை கொஞ்சி மகிழ்ந்துக் கொண்டிருந்தனர். சிறிது நேரம் கழித்து பிரத்யும்னனை தொட்டிலில் உறங்கவைத்துவிட்டு கிருஷ்ணரும் ருக்மிணியும் மஞ்சத்தில் படுத்து உறங்கிவிட்டனர். அப்பொழுது இருவரும் ஆழ்ந்த உறக்கத்திலிருக்க ஒரு பெரிய உருவம் சாளரத்தின் வழியாக மாளிகையினுள்ளே நுழைந்தது. அந்த உருவம் எந்தவித சப்தத்தையும் எழுப்பாமல் மெல்ல நடந்து சென்று தொட்டிலில் உறங்காமல் விழித்துக் கொண்டிருந்த குழந்தையை எட்டிப் பார்த்தது. திடீரென அந்த உருவத்தை கண்டதும் குழந்தை அழ துவங்கியது. குழந்தையின் அழுகுரல் கேட்டு ருக்மிணி எழுவதற்குள்ளே அந்த உருவம் குழந்தையை தூக்கிக் கொண்டு வந்த வழியே பறந்து சென்றது.

"ஐயோ! என் குழந்தை! பிரபு....!", ருக்மிணி பைத்தியம் பிடித்தவள் போல் அலறினாள்.

ருக்மிணியின் அலறலைக் கேட்டு கிருஷ்ணர் பதறி அடித்துக் கொண்டு எழுந்த போது அங்கே பிரத்யும்னன் இல்லை; ருக்மிணியும் இல்லை; அருகில் இருந்த ஓர் ஆசனத்தில் பலராமர் அமர்ந்திருந்தார். காலைப் பொழுது விடிந்து நீண்ட நேரமாகி இருந்தது. முந்தைய நாளிரவு ருக்மிணியிடம் பேசிக்கொண்டு ஏதேதோ சிந்தனையில் மூழ்கியவர் நன்றாக உறங்கிவிட்டார். பத்து வருட காலம்! கண்மூடி விழிப்பதற்குள்ளே கனவாய் பறந்து விட்டதை நினைத்த கிருஷ்ணர் புன்னகைத்தார். அந்தப் புன்னகையில் ஒருவித வருத்தம் கலந்திருந்தது.

"கெட்ட கனவா, கிருஷ்ணா?!"

"ஆம் அண்ணா!"

"நேற்று உன்னுடைய உள்ளுணர்வு கூறியது சரி தான் கிருஷ்ணா!" என்று பலராமர் கூறியதும் கிருஷ்ணர் அதிர்ச்சியடைந்தார்.

"என்னாயிற்று?"

"இன்று அதிகாலை நம் நாட்டின் யாதவன் ஒருவன் கொடூரமாக கொல்லப்பட்டிருக்கிறான்."

"யார் செய்தது?"

"தெரியவில்லை."

கிருஷ்ணர் சற்று நேரம் பொறுமையாக சிந்தித்தார். "உடல் எங்கே உள்ளது?", கிருஷ்ணரும் பலராமரும் தங்கள் புரவியில் ஏறிக் கொல்லப்பட்ட சடலத்தைக் காண விரைந்து சென்றனர்.

அந்த யாதவனின் உடல் நகரின் பிரதான சாலையில் அமைக்கப்பட்டிருந்த ஓர் கம்பத்தில் தொங்கவிடப்பட்டிருந்தது. அவனுடைய கண்கள் இரண்டும்

பிடுங்கப்பட்டிருந்தது. கைகளும் கால்களும் துண்டிக்கப்பட்டிருந்தது. சித்ரவதை செய்யப்பட்டதன் அறிகுறியாக அவனுடைய உடல் முழுவதும் ரத்த காயங்கள் நிரம்பியிருந்தன. அந்த கோர காட்சியை மக்கள் பலரும் சுற்றி நின்று வெறித்துப் பார்த்துக் கொண்டிருந்தனர். மேலே நான்கைந்து கழுகுகள் பிணத்தை சுற்றி வட்டமடித்துக் கொண்டிருந்தன.

அந்த யாதவனின் குடும்பத்தை சார்ந்தவர்கள் அனைவரும் அவன் பிணத்தின் அருகே அமர்ந்து அழுதுப் புலம்பி கொண்டிருந்தனர். அந்த வீதியில் கூடியிருந்த மக்களை காவலர்கள் விலக சொல்லியும் மக்கள் விலகாமலேயே நின்றிருந்தனர். அக்ரூரரும் உத்தவரும் இறந்துப் போன அந்த யாதவனைப் பற்றி விசாரித்துக் கொண்டிருந்தனர். சாத்யகியும் கிருதவர்மரும் அங்கே இரவு பணியில் இருந்த காவலர்களை விசாரித்து கொண்டிருந்தனர்.

அந்த வேளையில் தான் கிருஷ்ணரும் பலராமரும் அங்கே வந்து சேர்ந்தனர். கிருஷ்ணரை கண்டதும் மக்களனைவரும் முந்தியடித்துக் கொண்டு கிருஷ்ணரை நோக்கி ஓட காவல்வீரர்கள் அனைவரும் ஒன்றிணைந்து மக்களை பின்னுக்கு தள்ளி நிறுத்தினர். மக்களின் கண்களில் இருந்த பயத்தையும் குழப்பத்தையும் கவனித்த கிருஷ்ணர், புரவியில் இருந்து இறங்கி பிணத்திற்கு அருகில் சென்றார். அக்ரூரரும் உத்தவரும் கிருஷ்ணருக்கு முகமன் கூறினர். ஆனால் அதை ஏற்றுக்கொள்ளும் நிலையில் கிருஷ்ணர் அப்பொழுது இல்லை. எந்த உணர்வையும் வெளிக்காட்டாமல் அமைதியாக பிணத்தையே வெறித்துப் பார்த்துக் கொண்டிருந்தார்.

"பிரபு! இரவு மதுக்கூடத்தில் நிறைய குடித்திருக்கிறான். குடித்துவிட்டு வீடு திரும்பும் வேளையில் தான் நிகழ்ந்திருக்க வேண்டும்" என்று உத்தவர் கூறியதை கிருஷ்ணர் அமைதியாக கேட்டுக் கொண்டார்.

"நேற்று சூதாட்டத்தில் நிறைய பணம் வென்றிருக்கிறான் பிரபு! ஒருவேளை கள்வர்களின் வேலையாக இருக்குமோ?" என்று அக்ரூரர் தன் கருத்தை வெளியிட்டார்.

"அக்ரூரரே! இதைப் பார்த்தால் தங்களுக்கு கள்வர்களின் வேலைப் போலவா தெரிகிறது?" என்ற பலராமர், அக்ரூரரை முறைத்துப் பார்த்தார்.

அவ்வாறு பலராமர் கேட்டதும் அக்ரூரர் எதுவும் பேசாமல் அமைதியாகி விட்டார்.

"இவனுடைய குழந்தைகள்?", கிருஷ்ணர் பிணத்தைப் பார்த்தபடியே கேள்வி எழுப்பினார்.

"இரண்டு பெண்கள்; ஒரு ஆண்மகன்" என்று உத்தவர் பணிவாக பதிலளித்தார்.

"ஆண்மகனை வரச் சொல்லுங்கள்" என்று கிருஷ்ணர் கூறியதும் உத்தவர் அவனுடைய மகனை அழைத்து வந்து கிருஷ்ணருக்கு அருகில் நிறுத்தினார். தந்தை இறந்துப் போன துக்கத்தில் அந்தப் பதினாறு வயது சிறுவன் ஓயாமல் அழுதுக் கொண்டிருந்தான். கிருஷ்ணர் தன் இடையில் இருந்த குறுவாளை எடுத்து அவன் முன்னே நீட்டினார்.

"இன்று முதல் நீ இந்நாட்டின் போர்வீரன். ஒரு போர்வீரனானவன் தன் குருதியை மட்டுமே மண்ணில் சிந்தவேண்டும்; கண்ணீரை அல்ல" என்று கிருஷ்ணர் கூறியதும் அந்த சிறுவன் தன் கண்களை துடைத்துக் கொண்டு குறுவாளை வாங்கிக் கொண்டான்.

"இவன் குடும்பத்திற்கு வேண்டிய உதவிகளை செய்யுங்கள்!" என்று கிருஷ்ணர் உத்தவருக்கும் அக்ரூரருக்கும் ஆணையிட்டார்.

"உத்தரவு பிரபு!" என்று கூறிய உத்தவர் அந்த சிறுவனை அங்கிருந்து அழைத்து சென்றார். அப்பொழுது சாத்யகியும் கிருதவர்மரும் கிருஷ்ணரிடம் வந்தனர்.

"என்ன கிருதவர்மரே! நம் வீரர்களுக்கு உறக்கம் அதிகமாகிவிட்டதுப் போலும்" என்ற பலராமரின் கேள்வியில் இகழ்ச்சி தொனித்தது.

"பிரபு! இங்கே இரவு காவல் பணியிலிருந்த வீரர்கள் எவரையும் காணவில்லை. அதிகாலையில் பணிக்கு வந்த வீரர்கள் தான் பிணத்தை கண்டிருக்கின்றனர்" என்று கிருதவர்மர் மூச்சு வாங்கப் பேசினார்.

"என்ன சொல்கிறீர்கள்?" என்று கிருதவர்மர் கூறியதைக் கேட்டு அக்ரூரர் திடுக்கிட்டார்.

"நன்றாக விசாரித்தீரா கிருதவர்மரே?" என்று பலராமர் கேள்வியெழுப்பினார்.

"நன்றாக விசாரித்துவிட்டோம் பிரபு! அவர்களுடைய குடும்பத்தினருக்கும் இந்த தகவலை தெரிவித்துவிட்டோம். நுழைவாயிலிலும் சந்தேகப்படும்படியாக எந்த நிகழ்வும் நடக்கவில்லை" என்று சாத்யகி பதிலளித்தான்.

"ம்ம் போதும்! இங்கே எதுவும் பேச வேண்டாம். அனைவரும் ஆலோசனைக் கூடத்திற்கு வாருங்கள்" என்று கிருஷ்ணர் கூறியதும் அனைவரும் அமைதியாகினர்.

இரண்டு நாழிகைகள் கழிந்தது.

கிருஷ்ணர், பலராமர், அக்ரூரர், உத்தவர், கிருதவர்மர், சாத்யகி என அனைவரும் ஆலோசனைக் கூடத்தில் ஒன்று கூடினர். கூடத்தை சுற்றிலும் உள்ளே யாரும் நுழைந்துவிடாதபடி வீரர்கள் காவல் காத்து கொண்டிருந்தனர்.

"நேற்றிரவு நம் நாட்டின் யாதவன் ஒருவன் நகரின் பிரதான சாலையில் ஆள் நடமாட்டமில்லாத வேளையில்

சித்ரவதை செய்து கொல்லப்பட்டிருக்கிறான். போதாக்குறைக்கு அங்கே பணியிலிருந்த வீரர்களையும் காணவில்லை. அவர்களுடைய குடும்பத்திற்கு என்ன பதில் சொல்வது?” என்று கிருஷ்ணர் வருத்தத்தோடு பேச அனைவரும் மௌனமாய் அமர்ந்திருந்தனர்.

“நடந்தது நடந்துவிட்டது. அதில் எந்தவிதமான மாற்றமும் இல்லை. நகரின் நுழைவாயிலில் காவலை அதிகரிக்க செய்யுங்கள்! அடுத்த ஒரு வார காலத்திற்கு உள்ளேயிருக்கும் வெளியூர்வாசிகள் வெளியே செல்லக் கூடாது. நகருக்கு வருகைப் புரியும் வெளியூர்வாசிகளை தக்க விசாரணையின்றி உள்ளே விடக்கூடாது. என்னைப் பொறுத்த மட்டும் இது தனிப்பட்ட விரோதத்திற்காக நிகழ்த்தப்பட்ட கொலை அல்ல. இது நம் ஆட்சியை எதிர்த்து நிகழ்த்தப்பட்ட கொலை. இதை நிகழ்த்தியது தனி ஆளா அல்லது ஒரு கூட்டமா என்பது நமக்கு தெரியாது. ஆனால் ஒன்று மட்டும் நிச்சயம்! இது மீண்டும் நிகழும். அதைத் தடுத்து நிறுத்துவது நம்முடைய கடமை. இனி இரவு வேளைகளில் நானும் பலராமன் அண்ணாவும் நகரை வலம் வருவோம். ஞாபகம் இருக்கட்டும்! இனி இதுபோல் ஒரு சம்பவம் துவாரகாவில் நிகழ்ந்துவிடக் கூடாது” என்று கிருஷ்ணர் பேசிக் கொண்டிருந்தார்.

அப்பொழுது, “பிரபு! பிரபு! ஒரு முக்கியமான செய்தி” என்று கூறியபடியே அக்ரூரரின் தலைமை ஒற்றன் வெளியே காவலுக்கு நின்று கொண்டிருந்த வீரர்களை எல்லாம் தள்ளிவிட்டு ஆலோசனை கூடத்திற்குள்ளே நுழைந்தான்.

அவ்வாறு அவன் திடுதிப்பென்று உள்ளே நுழைந்ததும் ஆலோசனை கூடத்திலிருந்த அனைவரும் அவனைக் கண்டு முகம் சுளித்தனர். கிருஷ்ணர் மட்டும் முகத்தில் எந்தவிதமான சலனத்தையும் வெளிக்காட்டாமல் அமைதியாக அவனை உற்று நோக்கினார்.

"அப்படியென்ன தலைப் போகிற செய்தியை கொண்டு வந்திருக்கிறாய்?" என்று பலராமர் அவனைப் பார்த்து முறைத்தப்படியே கேள்வி எழுப்பினார்.

"பிரபு! ஸத்ராபூர் மன்னர் ஸத்ராபூரை துவாரகாவின் ஆதிக்கத்திற்கு கீழ் அல்லாமல் ஒரு தனிநகராக பிரஸ்தாபிக்க போகிறாராம். துவாரகாவின் சங்கு சக்ர சின்னங்களை உதறிவிட்டு ஸத்ராபூரின் புதிய சின்னமான சியமந்தக மணி பொறிக்கப்பட்ட ஒரு ஓலையை நமக்கு அனுப்பியிருக்கிறார்" என்று தலைமை ஒற்றன் கூறியதும் அனைவரும் குழப்பமுற்றனர்.

"என்ன சொல்கிறாய் ஒற்றனே?" என்று பலராமர் சீறியெழுந்தார்.

"நேற்று மாலை அரசர் ஸத்ராஜித் அவர்களின் தம்பியான பிரசேனன் சியமந்தக மணியை அணிந்துக் கொண்டு தனியாக காட்டிற்கு வேட்டையாட சென்றிருக்கிறார். இரவே திரும்பியிருக்க வேண்டியவர் இன்று காலையாகியும் திரும்பிவில்லை. சியமந்தக மணிக்கு ஆசைப்பட்டு நம்முடைய மன்னர் தான் அவரைக் கடத்தியிருக்க வேண்டும் என்று ஸத்ராஜித் சந்தேகிக்கிறார். இது தொடர்பாக துவாரகாவின் ஆதிக்கத்திற்கு கீழ் இருக்கும் மற்ற சிற்றரசுகளுக்கும் மன்னர் ஸத்ராஜித் ஓலை அனுப்பியிருக்கிறார். ஒருவேளை நாளை காலைக்குள் பிரசேனன் நாடு திரும்பவில்லை என்றால் மற்ற சிற்றரசுகளின் துணையோடு துவாரகாவின் மீது போர் தொடுக்கப் போவதாக ஸத்ராபூர் மன்னர் உத்தேசித்திருக்கிறார்" என்ற ஒற்றன் தன் கையில் இருந்த ஓலையை பலராமரிடம் நீட்டினான். கிருஷ்ணரும் பலராமரும் அந்த ஓலையை ஒருமுறை படித்துப் பார்த்தனர். ஒற்றன் கூறிய செய்தியை கேட்டு ஆலோசனை கூடத்திலிருந்த அனைவரும் தங்கள் கருத்தைப் பரிமாற துவங்கினர். கிருஷ்ணர் தன் கைகளை உயர்த்தி எல்லோரையும் அமைதியாக இருக்கும்படி சமிக்ஞை செய்தார்.

"பிரபு! ஆணையிடுங்கள் பிரபு! அந்த மூர்க்கனை தங்கள் காலடியில் கொண்டு வந்துப் புதைக்கிறேன்" என்று கிருதவர்மர் கூறினார்.

"இது வீரத்தை வெளிக்காட்டுவதற்கான நேரமல்ல கிருதவர்மரே! பொறுமையாக செயல்பட வேண்டிய நேரம்" என்ற கிருஷ்ணர், ஒருகணம் தன் கண்களை மூடி சிந்தித்தார்.

"நான் ஒரு சிறுபடையோடு பிரசேனை தேடி செல்கிறேன். அக்ரூரரும் உத்தவரும் எனக்கு துணையாக வரட்டும். நான் திரும்பும் வரையில் பலராமன் அண்ணா துவாரகாவை பார்த்துக் கொள்வார்" என்று கிருஷ்ணர் கூறியதை அனைவரும் கேட்டுக்கொண்டனர்.

"கிருஷ்ணா! நானும் உன்னோடு வருகிறேன்" என்றார் பலராமர்.

"இல்லை அண்ணா! இந்த சூழலில் தாங்கள் இங்கே இருப்பது தான் நல்லது" என்று கிருஷ்ணர் கூறினார்.

ஆனால் பலராமருக்கு கிருஷ்ணரை தனியாய் விட மனமில்லை. ஒருமனதாக கிருஷ்ணரின் திட்டத்திற்கு சம்மதம் தெரிவித்தார்.

"சரி! அனைவரும் ஆக வேண்டியதைப் பாருங்கள்."

ஆலோசனைக்கூடம் கலைந்தது. திட்டமிட்டபடியே கிருஷ்ணர் ஒரு சிறு படையோடு அக்ரூரரையும் உத்தவரையும் அழைத்துக் கொண்டு எந்தவிதமான ஆரவாரமும் இல்லாமல் நகரை விட்டு வெளியேறினார். துவாரகாவின் பிரதான வாயிற்கதவு கிருஷ்ணரை வழியனுப்பி வைத்தது. அப்பொழுது கிருஷ்ணர் நகரைவிட்டு வெளியேறுவதை மறைமுகமாக சில கண்கள் கவனித்துக் கொண்டிருந்தன.

பொருள் இருக்கும் குகை

அன்று துவாரகாவில் நிகழ்ந்த அத்தனை களேபரங்களையும் அமைதியாக வேடிக்கைப் பார்த்துக் கொண்டிருந்த சூரியன் கொஞ்சம் கொஞ்சமாய் மறைய துவங்கியது. பௌர்ணமி முடிந்து தேயத் துவங்கியிருந்த சந்திரன், துவாரகாவில் நிகழ்ந்து கொண்டிருந்த குழப்பங்களையும் கிருஷ்ணர் அங்கே இல்லாமல் இருப்பதையும் அமைதியாக கண்ணுற்றவாறே வானின் உச்சம் தொட்டு நின்றது.

நேற்று நிகழ்ந்த சம்பவத்தின் விளைவாய் நகரின் காவல் வலுப்படுத்தப்பட்டிருந்தது. மாலை வேளையிலேயே நகரின் பிரதான வாயில் மூடப்பட்டுவிட்டது. இரவு இரண்டாம் ஜாமம் முடிந்து சாலைகள் சந்தைகள் சாவடிகள் என எல்லா இடங்களும் ஆள்நடமாட்டம் இல்லாமல் வெறிச்சோடிய பிறகும் காவலர்கள் அங்குமிங்கும் நடமாடிக் கொண்டே இருந்ததால் குதிரைகளின் குளம்படி சப்தம் இடைவிடாமல் ஒலித்துக் கொண்டிருந்தது.

முந்தைய நாளிரவு காணாமல் போன வீரர்களை தேடும் பணி தீவிரமாக்கப்பட்டது. எல்லா ஒற்றர்களிடமும் அவ்வீரர்களின் விவரம் தெரிவிக்கப்பட்டது. நகரின் நாலாமூலையிலும் ஒற்றர்கள் அவ்வீரர்களை தேடி அலைந்தனர்.

கிருஷ்ணரின் பொறுப்புகளை எல்லாம் பலராமர் தன் பேரில் ஏற்றுக் கொண்டார். நகரின் வடக்குப் பகுதியில் சாத்யகியும் தெற்குப் பகுதியில் கிருதவர்மரும் காவலை

கண்காணித்துக் கொண்டிருந்தனர். அவர்களோடு சேர்ந்துப் பலராமரும் வீரர்கள் சூழ துவாரகாவின் வீதிகளை உறங்காமல் வலம் வந்து கொண்டிருந்தார். வெளிப்பார்வைக்கு உறங்கிவிட்டதுப் போல் தோன்றினாலும் துவாரகா அந்த இரவு வேளையில் அடுத்த தாக்குதலை எதிர்நோக்கிக் காத்துக்கொண்டிருந்தது.

மறுபக்கம் காணாமல் போன பிரசேனனை தேடிச் சென்றிருந்த கிருஷ்ணரும் படைவீரர்களும் துவாரகாவின் சிற்றரசுகளை தாண்டி அமைந்திருந்த வனப்பகுதியினுள்ளே நள்ளிரவு வரை தேடி அலைந்தனர். ஆனால் பிரசேனனும் கிடைக்கவில்லை; சியமந்தக மணியும் கிடைக்கவில்லை.

காலையிலிருந்தே பயணித்துக் கொண்டிருந்ததாலும் வெகு நேரம் தேடி அலைந்ததாலும் அயர்ந்துப் போன வீரர்கள் ஓய்வெடுக்க ஆங்காங்கே அமர்ந்துவிட்டனர். கிருஷ்ணருக்கென்று அங்கே தனி கூடாரம் அமைத்துத் தரப்பட்டது. தாருகன் ரதத்தில் அமர்ந்தவாறே தூங்கிவிட்டான். களைத்துப் போயிருந்த வீரர்களுக்கு மிகவும் பசியெடுத்ததால் ஒரு பன்றியை வேட்டையாடி அதை நெருப்பில் வேக வைத்து உண்டனர். உத்தவரும் அக்ரூரரும் கண்ணுக்கு தட்டுப்பட்ட கனிகளையும் காய்களையும் பறித்து உண்டனர். நள்ளிரவு கடந்து ஒரு ஜாமத்திற்குப் பிறகு வீரர்கள் அனைவரும் மரங்களின் மீது சாய்ந்தபடியே உறங்கிவிட்டனர். மிருகங்களின் சப்தம் கூட இல்லாமல் அந்த வனம் எங்கிலும் நிசப்தமே நிலவியது.

அப்பொழுது அண்டத்தில் இந்த வனத்தை தவிர வேறெதுவும் இல்லையென்றே அங்கிருந்தவர்களுக்கு தோன்றியிருக்கும். அமைதியான அந்த சூழ்நிலையிலும் உத்தவரின் மனம் மட்டும் சஞ்சலப்பட்டுக் கொண்டே இருந்தது. ஒரு பிசாசு தன்னை துரத்துவதுப் போல் துர்சொப்பனம் கண்டவர் தூங்க முடியாமல் விழித்துக் கொண்டார். அருகில் வயதில் பெரியவரான அக்ரூரர் குறட்டையிட்டவாறே உறங்கிக் கொண்டிருந்தார்.

சிறிது நேரம் அமைதியாக அமர்ந்திருந்தவர் ஏதோ சிந்தித்தபடியே கிருஷ்ணரின் கூடாரத்தை நோக்கி நடந்து சென்றார். வீரர்கள் அருகருகே படுத்துக் கிடந்ததால் இருட்டில் பல முறை உத்தவர் கால் இடறி கீழே விழுந்தார். கோபத்தில் விழித்துக் கொண்ட வீரர்கள், உத்தவரை அடையாளம் கண்டுகொள்ள முடியாமல் வேறு ஏதோ வீரன் என்று நினைத்து அவர்மீது வசைப் பாடினர். அதையெல்லாம் கண்டுகொள்ளாமல் கூடாரத்தை நெருங்கியவருக்கு பெரும் அதிர்ச்சி காத்துக் கொண்டிருந்தது. கூடாரத்திற்குள்ளே கிருஷ்ணரை காணவில்லை. பதறிப் போனவர் உறங்கிக் கொண்டிருந்த வீரர்களின் மேல் ஏறி மிதித்தபடியே நான்கு மூலைகளிலும் கிருஷ்ணரை தேடினார். எந்தப் பக்கமும் கிருஷ்ணரை காணவில்லை. என்ன செய்வதென்று தெரியாமல் திகைத்துப் போனவர் அக்ரூரரை எழுப்பலாம் என்று முடிவு செய்து ஒரு அடி எடுத்து வைப்பதற்குள்ளே பின்னால் இருந்து வந்த ஒரு குரல் அவரை தடுத்து நிறுத்தியது.

"துர்சொப்பனம் ஏதும் கண்டீரா, உத்தவரே?"

மேல்மூச்சு வாங்க திரும்பிப் பார்த்த உத்தவர், அங்கே ஒரு மரக்கிளையின் மீது தலைக்குக் கைகொடுத்து ஒருபக்கமாக சாய்ந்து சயனக்கோலத்திலிருந்த கிருஷ்ணரை கண்டார்.

கிருஷ்ணரை கண்ட பின்பு தான் உத்தவருக்கு உயிர் மீண்டு வந்தது.

"பிரபு! தாங்கள் இங்கே..."

"அந்த கூடாரத்திற்குள்ளே உறக்கம் வரவில்லை உத்தவரே! அதனால் தான் இங்கே குடிபெயர்ந்துவிட்டேன்."

"பிரபு! அடியேனை மன்னித்துக்கொள்ளுங்கள். இத்தனை தூரப் பிரயாணத்திற்குப் பிறகு தாங்கள் இப்படி உறங்காமல் இருப்பது தாங்களுடைய உடல்நலத்திற்கு நல்லதல்ல."

"உடல் சொல்வதையெல்லாம் மனம் கேட்டுக் கொண்டால் உலகில் எந்தப் பிரச்சனையும் இருக்காதல்லவா உத்தவரே?!"

"பிரபு..."

"இப்படியெல்லாம் நடக்கும் என்று எண்ணி தான் ஸத்ராஜித்திடம் சியமந்தக மணியை துவாரகாவிலேயே விட்டுவிட்டு செல்லும்படி கூறினேன். ஆனால் அவர் நான் சொல்வதைக் கேட்காமல் பொருளையும் தொலைத்துவிட்டுப் பழியையும் என்மேலேயே சுமத்திவிட்டார்."

"பிரபு! ஸத்ராபூர் மன்னரை பற்றியோ மற்ற சிற்றரசர்களை பற்றியோ தாங்கள் கவலைப்பட வேண்டிய அவசியமே இல்லை. பிரசேனனை கண்டுபிடித்துவிட்டால் இந்தப் பிரச்சனையெல்லாம் தீர்ந்துவிடும்."

"பிரச்சனையே அங்கு தான் உத்தவரே! காட்டிற்கு வேட்டையாட சென்ற பிரசேனன் காட்டை தாண்டி அப்பால் செல்லும் அவசியமில்லை. அப்படியென்றால் அவன் இந்நேரம் ஸத்ராபூர் திரும்பியிருக்க வேண்டும் இல்லையென்றால் நம் கண்களில் பட்டிருக்க வேண்டும். இது எதுவும் நடக்கவில்லையே! என்னுடைய கணிப்பு சரியாக இருந்தால் பிரசேனனை நாம் சடலமாக தான் மீட்போம்" என்று கிருஷ்ணர் கூறியதும் உத்தவர் மௌனமாகினார். கிருஷ்ணர் கூறியது சரி தான் என்று உத்தவருக்கு தோன்றியது. ஆனாலும் அதை வெளிக்காட்டி கொள்ள அவருக்கு மனம் வரவில்லை. மௌனமாகவே இருந்தார்.

அவருடைய மௌனத்தை கவனித்த கிருஷ்ணர், "சரி உத்தவரே! சென்று உறங்குங்கள். அதிகாலையிலேயே நாம் மீண்டும் தேடலை தொடர வேண்டும்" என்றவாறே தன் தலையிலிருந்து கையை எடுத்துவிட்டு வான்நோக்கி சாய்ந்துக் கண்களை மூடிக் கொண்டார். உத்தவர் அங்கிருந்து நகர்ந்து தன் பழைய இடத்திற்கே சென்று கண்களை மூடிக்கொண்டார்.

ஆழ்ந்த தூக்கம் கிட்டவில்லையென்றாலும் உடல் சோர்விற்காக சிறிது நேரம் ஓய்வெடுத்தார்.

காலையில் சூரியன் எழுவதற்கு முன்பாகவே வீரர்கள் அனைவரும் விழித்துக்கொண்டனர். பிரசேனனை தேடும் பணி தொடர்ந்தது. உத்தவரின் தலைமையில் ஒரு குழு அக்ரூரரின் தலைமையில் ஒரு குழு கிருஷ்ணரின் தலைமையில் ஒரு குழு என்று மூன்று பிரிவுகளாக பிரிந்து பிரசேனனை தீவிரமாக தேடினர். நீண்ட நேரம் தேடியும் பிரசேனன் கிடைக்கவில்லை. இறுதியாக உத்தவரின் கண்களுக்கு பிரசேனனின் உடல் தென்பட்டது. அவன் அங்கே புதர்களுக்கு மத்தியில் உயிரற்ற உடலாய் விழுந்து கிடந்தான். முதலில் மயக்கத்திலிருப்பான் என்று எண்ணிய வீரர்கள், அருகில் சென்று பார்த்தப் போது தான் அவன் உடல் முழுவதும் சிங்கத்தின் நக காயங்கள் இருப்பதைக் கண்டனர்; துரதிர்ஷ்டவசமாக அங்கே சியமந்தக மணியையும் காணவில்லை.

வேகமாக இரு வீரர்கள் பிரிந்து சென்று கிருஷ்ணரிடமும் அக்ரூரரிடமும் தகவல் தெரிவித்தனர். உடனடியாக அனைவரும் பிரசேனனின் பிரேதத்திற்கு முன்பாகக் கூடினர்.

“பகவானே!”, அக்ரூரர் தன் தலையில் அடித்துக் கொண்டார்.

கிருஷ்ணர் எந்த உணர்வையும் வெளிக்காட்டாமல் மௌனமாக நின்றிருந்தார். உத்தவர், கிருஷ்ணரின் முகத்தை கவனித்தபடியே நின்றிருந்தார். என்ன செய்வதென்று யாருக்கும் புரியவில்லை.

அப்பொழுது, “பிரபு! கால்தடங்கள்” என்று ஒரு வீரன் அருகிலிருந்த சிங்கத்தின் கால்தடங்களை சுட்டிக்காட்டினான். அந்த கால்தடங்களை கண்டதும் எல்லோருடைய முகத்திலும் ஒரு உத்வேகம் பிறந்தது.

"உத்தவரே!"

"பிரபு?"

"இவன் உடலை என் ரதத்தில் ஏற்றிக்கொண்டு துவாரகாவிற்கு செல்லுங்கள். ஸத்ராபூர் மன்னரிடம் நிலைமையை எடுத்துரையுங்கள். அவர் புரிந்து கொள்வார் என்று நம்புகிறேன். தாருகன் தங்களுக்கு துணையாய் வருவான். வேண்டுமென்றால் நான்கு வீரர்களை துணைக்கு அழைத்துக் கொள்ளுங்கள்!" என்று கிருஷ்ணர் கூறினார்.

அடுத்த அரை நாழிகைக்குள்ளாகவே பிரசேனனின் பிணத்தை ரதத்தில் ஏற்றிவிட்டு உத்தவர் அங்கிருந்து புறப்பட்டுப் சென்றார். ரதத்திற்கு பின்னாலேயே நான்கு வீரர்கள் புரவியில் அமர்ந்தபடி காவல் புரிந்து சென்றனர்.

கிருஷ்ணரும் அக்ரூரரும் சிங்கத்தின் கால்தடத்தைப் பற்றியபடியே சியமந்தக மணியை தேடி சென்றனர். நீண்ட தூர தேடல் பயணம் அவர்களுக்கு மீண்டும் ஏமாற்றத்தையே தந்தது. அந்த சிம்மம் ஓர் இடத்தில் அடிப்பட்டுக் கிடந்தது. அதன் வாயிலிருந்து இரத்தம் கசிந்திருந்தது. உடலில் பிராணன் இல்லை. சியமந்தக மணியையும் காணவில்லை.

அப்பொழுது அந்த சிங்கத்தின் கால்தடத்திற்கு அருகிலேயே வேறொரு கால்தடம் தென்பட்டது. அந்த கால்தடம் ஒரு மிருகத்தினுடையது போலவும் அல்லாமல் ஒரு மனிதனுடையது போலவும் அல்லாமல் வித்தியாசமாக இருந்தது. அந்த காலடி தடத்தை தொடர்ந்தபடியே கிருஷ்ணரும் அக்ரூரரும் வீரர்களை அழைத்துக் கொண்டு சென்றனர்.

வினோதமான அந்தக் கால்தடம் அனைவரையும் ஒரு குகைக்கு முன்னால் அழைத்து சென்றது. கிருஷ்ணரும் அக்ரூரரும் சிறிது நேரம் அந்தக் குகையை வெறித்துப் பார்த்தபடியே நின்றிருந்தனர்.

"அனைவரும் இங்கேயே இருங்கள்! நான் உள்ளே சென்றுப் பார்த்துவிட்டு வருகிறேன்" என்ற கிருஷ்ணர் முன்னால் அடியெடுத்து வைத்தார்.

"பிரபு! தங்களை எப்படி தனியாய் விடுவது?" என்று அக்ரூரரும் வீரர்களும் கிருஷ்ணரை தடுத்தனர்.

"அக்ரூரரே! இது என் மேல் சுமத்தப்பட்ட பழி. இதனால் ஏற்படும் பிரச்சனைகள் என்னை மட்டுமே பாதிக்க வேண்டும். என்னோடு வந்த யாருக்கும் எதுவும் ஆகிவிடக் கூடாது. அதனால் தான் சொல்கிறேன். நான் திரும்பி வரும் வரையில் அனைவரும் இங்கேயே இருங்கள்."

கிருஷ்ணர் எவ்வளவு சொல்லியும் அக்ரூரரோ வீரர்களோ கேட்பதாய் இல்லை. அதனால் கிருஷ்ணர் கோபமடைந்தார்.

"துவாரகாவின் மன்னனாக ஆணையிடுகிறேன்! நான் திரும்பி வரும் வரையில் அனைவரும் இங்கேயே இருக்க வேண்டும். மீறி வந்தால் சிரசேதம் செய்யப்படுவீர்!" என்ற கிருஷ்ணரின் வார்த்தைகளில் உஷ்ணம் கொதித்தது.

அக்ரூரர் உட்பட அனைவரும் அமைதியாய் பின்வாங்கினர். கிருஷ்ணர் இடையிலிருந்த தன் வாளை உருவி எடுத்தபடியே குகையினுள் நுழைந்தார். அந்த அடர்ந்த குகையின் இருட்டிற்குள்ளே கிருஷ்ணர் கொஞ்சம் கொஞ்சமாய் மறைந்து செல்வதை அமைதியாக வேடிக்கைப் பார்த்தபடியே அக்ரூரரும் வீரர்களும் நின்றிருந்தனர்.

ஜாம்பவான்

அக்ரூரரையும் மற்ற வீரர்களையும் வெளியிலேயே நிற்கவைத்துவிட்டு குகையினுள்ளே நுழைந்த கிருஷ்ணர், அங்கே யாரையும் காணாததால் திரும்பிவிடலாம் என்று முடிவு செய்தபோது உள்ளேயிருந்து ஒரு குழந்தையின் முனகல் சப்தம் கேட்டது. மெதுவாக அந்த சப்தம் வந்த திசையை நோக்கி கிருஷ்ணர் நடந்து சென்றார். குகை ஒரு இடத்தில் வளைந்து சென்றது. அந்த வளைவை கடந்தபோது ஒரு ஒளி கிருஷ்ணரின் கண்களை கூசச் செய்தது. அந்த ஒளி சியமந்தக மணியிலிருந்து தான் வந்துகொண்டிருந்தது. அங்கே ஒரு குழந்தை சியமந்தக மணியை கையில் வைத்து விளையாடிக் கொண்டிருந்தது. கிருஷ்ணர் ஒருவித தயக்கத்தினூடே குழந்தையை நெருங்கி சென்றார்.

"குழந்தாய்!" என்று கிருஷ்ணர் அழைத்ததும் குழந்தை மிரண்டுப் போய் திரும்பிப் பார்த்தது. அந்த குழந்தையை கண்டதும் கிருஷ்ணரே ஒருகணம் திகைத்துப் போனார். அந்த குழந்தை கரடியின் முகத்தையும் மனிதனின் உடலையும் கொண்டிருந்தது. கிருஷ்ணரை அங்கே புதிதாய் கண்டதும் மிரண்டுப் போன குழந்தை வீறிட்டு அழுதது.

"அழுகாதே! அழுகாதே!", கிருஷ்ணர் தன்னால் இயன்ற அளவுக்கு குழந்தையை சமாதானம் செய்ய முயன்றார். ஆனாலும் குழந்தை அழுகையை நிறுத்துவதாய் இல்லை.

அப்பொழுது, "யாரங்கே?" என்று பின்னாலிருந்து ஒரு குரல் வந்தது. அடுத்த நொடியே கையில் தீப்பந்தத்தை ஏந்தியபடி கரடி முகமும் மனித உடலும் கொண்ட ஒரு ஆஜானுபாகுவான உருவம் வெளி தோன்றியது. கிருஷ்ணர் அந்த உருவத்தை நிமிர்ந்துப் பார்த்தார்.

"உன்னை தான் மானுடா! யார் நீ?" என்று அந்த உருவம் கேள்வியெழுப்பியதும் கிருஷ்ணரின் இதழ்களில் ஒரு விஷமப் புன்முறுவல் படர்ந்தது.

"நான் துவாரக நாட்டின் மன்னன், வாசுதேவ கிருஷ்ணன். தாங்கள் யாரென்று நான் தெரிந்து கொள்ளலாமா?"

"நான் இந்த வனத்தின் அரசன், ஜாம்பவான். என் குகையினுள்ளே நீ என்ன செய்து கொண்டிருக்கிறாய்?"

"மதிப்பிற்குரிய வனராஜனே! தங்களுக்கு சொந்தமில்லாத ஒன்று தங்களிடம் உள்ளது. அதை தந்துவிட்டால் நான் சென்றுவிடுவேன்" என்று கூறிய கிருஷ்ணர் குழந்தையின் கையிலிருந்த சியமந்தக மணியை சுட்டிக்காட்டினார்.

"அதை என்னால் கொடுக்க முடியாது" என்றார் ஜாம்பவான்.

"இல்லை...தாங்கள் அதை கொடுத்து தான் ஆக வேண்டும்."

"கொடுக்க முடியாவிட்டால் என்ன செய்வாய்?"

"கொடுக்க முடியாதென்றால் கேட்கும் விதத்தில் கேட்பேன்" என்ற கிருஷ்ணர் தன் கையில் இருந்த வாளை உறையில் போட்டார்.

"இந்த ஜாம்பவானிடம் மோதும் அளவிற்கு துணிவு உள்ளதா உனக்கு? சரி வா பார்ப்போம்" என்று கூறிய ஜாம்பவான் தன் முஷ்டியை மடக்கினார். இருவரும் வார்த்தைகளால் மோதுவதை நிறுத்திவிட்டு கைகளால் மோத துவங்கினர்.

குகையினுள்ளே கிருஷ்ணருக்கும் ஜாம்பவானுக்கும் யுத்தம் நிகழ்ந்து கொண்டிருக்க வெளியே வெகு நேரமாக காத்துக் கொண்டிருந்த அக்ரூரரும் வீரர்களும் கிருஷ்ணரால்

தண்டிக்கப்பட்டாலும் பரவாயில்லை என்று உள்ளே நுழைய முடிவு செய்தனர்.

அப்பொழுது குகையினுள்ளே இருந்து ஜாம்பவான் பறந்து வந்து வெளியே விழுந்தார். கீழே விழுந்த ஜாம்பவான் எழுந்து நின்று அங்கே இருந்தவர்களை எல்லாம் முறைத்துப் பார்த்தார். அக்ரூரரும் மற்ற காவல் வீரர்களும் ஜாம்பவானை வினோதமாக பார்த்தனர். அதே சமயம் அவர் கண்களில் கொதித்துக் கொண்டிருந்த கோபத்தைக் கண்டு அஞ்சவும் செய்தனர்.

"யாரடா நீங்கள்?" என்ற ஜாம்பவானின் வார்த்தைகள் ஒரு சிங்கத்தின் கர்ஜனையை போல் இருந்தது.

"என்னோடு வந்தவர்கள்" என்ற கிருஷ்ணர், தன் முஷ்டியை மடக்கிக் கொண்டே வெளியே வந்தார். எல்லோரின் பார்வையும் கிருஷ்ணரை நோக்கி திரும்பியது. தாக்கப்பட்ட கோபத்தில் இருந்த ஜாம்பவான் ஓடிச்சென்று கிருஷ்ணரின் மார்பில் எட்டி உதைத்தார். நிலைகுலைந்துப் போன கிருஷ்ணர் சறுக்கிக் கொண்டே சென்று தன் கைகளை தரையில் பதித்து ஜாம்பவானை நோக்கிப் புன்னகைத்தார். கிருஷ்ணர் தாக்கப்பட்டதும் துவாரகா வீரர்கள் அனைவரும் கோபத்தில் உறையில் இருந்த வாளை உருவிக் கொண்டு ஜாம்பவானை நோக்கி வந்தனர்.

அப்பொழுது கிருஷ்ணர் தன் உறையிலிருந்த வாளை உருவி கீழே வீசிவிட்டு, "இது எனக்கும் இவருக்கும் இடையில் நடக்கும் யுத்தம். யாரும் குறுக்கிட வேண்டாம்" என்றார். கிருஷ்ணர் அவ்வாறு கூறியதும் எல்லா வீரர்களும் பின்வாங்கினர்.

ஜாம்பவான் கிருஷ்ணரை தாக்க மீண்டும் ஓடி வந்தார். ஜாம்பவான் அருகில் வந்ததும் கிருஷ்ணர் விலகி நின்று வனராஜனின் கன்னத்தில் ஓங்கிக் குத்தினார். ஜாம்பவான் ஐந்தடிப் புரண்டுப் போய் விழுந்தார். கீழே விழுந்ததும்

சீறியெழுந்த ஜாம்பவான் மீண்டும் கிருஷ்ணரை தாக்கினார். இருவரும் அப்படியே மாறி மாறி மோதிக் கொண்டனர். நிமிடங்கள் கடந்தன! நாழிகைகள் கடந்தன! நாட்கள் கடந்தன! வாரங்கள் கடந்தன! இடி மின்னல் மழை வெயில் என எதையும் கண்டுக்கொள்ளாமல் இருபத்தியேழு நாட்களுக்கு இருவரும் மோதிக் கொண்டனர். சில நேரம் கைகளால் மோதிக் கொண்டனர். சில நேரம் வாட்களால் மோதிக் கொண்டனர். சில நேரம் கதைகளால் மோதிக் கொண்டனர். சில நேரம் மரங்களை பெயர்த்தெடுத்து வந்து இருவரும் ஒருவரை ஒருவர் தாக்கிக்கொண்டனர். இருவரில் எவரும் வெல்லவில்லை; யுத்தமும் ஓயவில்லை!

அந்த இருபத்தியேழாம் நாளின் உச்சிவேளைப் பொழுதில் கிருஷ்ணரும் ஜாம்பவானும் அதி தீவிரமாய் போரிட்டுக் கொண்டிருந்தனர். ஜாம்பவான் தன் கதாயுதத்தை கொண்டு கிருஷ்ணரின் புஜத்தைத் தாக்க முயன்றார். அப்பொழுது கிருஷ்ணர் லாவகமாக நகர்ந்து தன் கதையை சுற்றி வளைத்து ஜாம்பவானின் மார்பில் ஓங்கி அறைந்தார். இந்திரனின் வஜ்ராயுதமே வந்து தாக்கியதைப் போல் ஜாம்பவான் பறந்து சென்று மண்ணில் சரிந்தார்.

நீண்ட நாட்களாய் போரிட்டுக் கொண்டிருந்ததால் சோர்ந்துப் போயிருந்த ஜாம்பவான் எழ முடியாமல் வானைப் பார்த்தபடியே விழுந்து கிடந்தார். உச்சி வானில் நின்று கொண்டிருந்த சூரியன் அவருடைய கண்களை கூசச் செய்தது. கிருஷ்ணர் ஜாம்பவானுக்கு முன்னால் வந்து நின்றார். ஜாம்பவான் மண்ணில் சாய்ந்திருந்தபடியே கிருஷ்ணரை ஏறெடுத்துப் பார்த்தார். அப்பொழுது தான் அவருக்கு ஒரு உண்மை விளங்கியது.

"என்னை இவ்வாறு மண்ணில் சாய்க்க ஒருவரால் முடியுமென்றால் அது என்னுடைய பிரபு ஸ்ரீ ராமச்சந்திரராக தான் இருக்க வேண்டும்! அப்படியென்றால் தாங்கள்...." என்று ஜாம்பவான் கேள்வியெழுப்பியதும் கிருஷ்ணர் அவரை நோக்கிப் புன்னகைத்தார்.

"பிரபு! பிரபு! என்னை மன்னித்துவிடுங்கள்!" என்று கூறிய ஜாம்பவான் எழுந்து நின்று கிருஷ்ணரை நோக்கிக் கைக்கூப்பி வணங்கினார்.

அக்ரூரருக்கும் வீரர்களுக்கும் எதுவும் புரியாததால் நிகழ்வதையெல்லாம் குழப்பத்தோடுப் பார்த்துக் கொண்டிருந்தனர்.

"அகங்காரம் என் கண்களை மறைத்துவிட்டது. போயும் போயும் ஒரு அற்பப்பொருளுக்காக தங்களை எதிர்த்து ஆயுதம் ஏந்திவிட்டேனே! என்னை மன்னித்துவிடுங்கள் பிரபு!"

ஜாம்பவானின் கண்களில் கண்ணீர் தேங்கியது.

"பரவாயில்லை வனராஜனே!"

கிருஷ்ணர் கூப்பியிருந்த அவர் கரங்களை கீழே தள்ளினார்.

"பிரபு! தாங்களும் தங்களோடு வந்திருப்பவர்களும் அடியேனது குகைக்கு வந்தருள வேண்டும்" என்று ஜாம்பவான் அழைப்பு விடுத்தார்.

ஜாம்பவானின் அழைப்பை கிருஷ்ணர் ஏற்றுக்கொண்டார். எல்லோரும் குகையினுள்ளே நுழைந்தனர்.

கிருஷ்ணர் முன்னரே ஒருமுறை குகையினுள்ளே வந்திருந்ததால் வழியை யூகித்துக் கொண்டு நடந்தார். மற்றவர்களுக்கு எல்லாம் குகையின் இருட்டில் எதுவும் தெரியாததால் தட்டுத் தடுமாறிக் கொண்டே நடந்து சென்றனர். சிறிது தூரம் சென்றதும் அந்த குகை ஒரு இடத்தில் வளைந்து சென்றது. அந்த வளைவை கடந்ததும் சில படிக்கட்டுகள் கீழே சென்றது.

எல்லோரும் ஜாம்பவானைப் பின்தொடர்ந்தவாறே கீழே இறங்கினர். அங்கே ஒரு விசாலமான அறை அமைந்திருந்தது. அந்த அறை முழுவதும் தீப்பந்தங்கள்

எரிந்துக் கொண்டிருந்தது. உள்ளே அமர்வதற்கென்று பல ஆசனங்கள் இருந்தது. அந்த ஆசனங்கள் யாவும் விலைவுயர்ந்தப் பொருட்களால் வடிவமைக்கப்பட்டிருந்தது. அறை முழுவதும் புலித்தோளும் மான்கொம்பும் யானை தந்தமும் அலங்காரத்திற்காக வைக்கப்பட்டிருந்தது.

ஜாம்பவான் கிருஷ்ணரை தன்னுடைய அரியாசனத்தில் அமரவைத்துவிட்டு மற்றவர்களையும் அமர சொன்னார். அங்கே வேலை செய்வதற்கென்று பல வானரங்களையும் கரடி முகம் கொண்ட மனிதர்களையும் சேவகர்களாக ஜாம்பவான் பணியமர்த்தியிருந்தார். கிருஷ்ணருக்கும் அக்ரூரருக்கும் மற்ற எல்லா வீரர்களுக்கும் பழங்கள் காய்கறிகள் என பலவகையான உணவுப்பொருட்களை அந்த சேவகர்கள் பரிமாறினர். எல்லோரும் திருப்தியாக உண்டு மகிழ்ந்தனர். சிறிது நேரத்திற்குப் பிறகு, ஜாம்பவான் தன்னிடமிருந்த சியமந்தக மணியை கிருஷ்ணரிடம் சமர்ப்பித்தார். அப்பொழுது தான் அக்ரூரரும் அவரோடு வந்திருந்த வீரர்களும் சியமந்தக மணியை முதல்முறையாக கண்ணுற்றனர். அதன் பிரகாசத்தைக் கண்டு அனைவரும் பிரமித்துப் போயினர்.

"மிக்க மகிழ்ச்சி வனராஜனே! தங்களுடைய உபசரிப்பால் யாம் மனமகிழ்ந்தோம்" என்று கூறிய கிருஷ்ணர் புறப்பட எழுந்தார்.

"பிரபு! ஒரு நிமிடம்..." என்ற ஜாம்பவான் கிருஷ்ணரை தடுத்தார்.

"அம்மா! ஜாம்பவதி!" என்று ஜாம்பவான் அழைத்தார்.

அப்பொழுது பின்னால் இருந்த ஓர் அறையிலிருந்து ஒரு பெண் வெளியே வந்தாள். எல்லோருடைய பார்வையும் அவளை நோக்கி திரும்பியது. அவள் தோற்றத்தில் ஜாம்பவானைப் போல் அல்லாமல் மாநிறமாய் காண்போரை மயக்கும் மாயலோக தேவதைப் போல் இருந்தாள்.

"பிரபு! இவள் என்னுடைய அன்பு மகள், ஜாம்பவதி. இவளை நான் தங்களுக்கு மணம் செய்து வைக்க விரும்புகிறேன்" என்று ஜாம்பவான் கூறியதும் கிருஷ்ணர் ஜாம்பவதியை திரும்பிப் பார்த்தார். கிருஷ்ணர் அவளைப் பார்த்ததும் ஜாம்பவதி நாணத்தில் தலைகுனிந்துக் கொண்டாள்.

"வனராஜனே! தங்களுடைய அன்புக்கு நான் எப்போதும் கடன்பட்டிருக்கிறேன். ஆனால் நான் ஏற்கனவே விவாஹமானவன். தங்களுடைய மகளுக்கு என்னைவிட சிறந்த மணவாளன் நிச்சயமாக கிடைப்பான்."

"இல்லை பிரபு! இவள் தங்களுக்காக தான் இத்தனை வருடங்களும் காத்துக்கொண்டிருந்தாள். தங்களை தவிர வேறு ஒரு ஆண்மகனை இவளால் கனவில் கூட நினைத்துப் பார்க்க முடியாது. தங்களைப் பார்க்க வேண்டும் என்று எத்தனையோ முறை என்னிடம் கேட்டிருக்கிறாள். எங்கே என்னால் இவளுடைய ஆசையை நிறைவேற்ற முடியாமல் போய்விடுமோ என்று நான் ஏங்காத நாளே இல்லை! இவளை கைவிட்டுவிடாதீர்கள் பிரபு! இவள் உடைந்தால் நான் உடைந்துவிடுவேன்" என்ற ஜாம்பவானின் குரல் தழுதழுத்தது. கிருஷ்ணரால் ஜாம்பவானுக்கு மறுப்பு தெரிவிக்க இயலவில்லை. சிறிது நேரம் மௌனமாக சிந்தித்தார்.

"சம்மதம்."

"பிரபு...?"

"சம்மதம் வனராஜனே!"

கிருஷ்ணர் சம்மதம் தெரிவித்ததும் ஜாம்பவான் இன்பமிகுதியில் துள்ளி குதித்தார். ஓடிச் சென்று தன் இளைய மகனை தூக்கி அவன் கன்னத்தில் முத்தமிட்டு, "உன் அக்காவிற்கு அவள் ஆசைப்பட்ட வாழ்க்கை கிடைத்துவிட்டது" என்றார். ஜாம்பவதியின் இதழ்களில் வெட்கத்தையும் மீறி இன்பம் எட்டிப்பார்த்தது. ஜாம்பவான் ஜாம்பவதியை கிருஷ்ணரின் கையில் பிடித்துக் கொடுத்தார்.

கிருஷ்ணர் ஜாம்பவானிடம் தங்களுடைய மகளை காலம் முழுதும் கலங்காமல் பார்த்துக் கொள்வேன் என்று வாக்குறுதி அளித்தார்.

கிருஷ்ணரும் ஜாம்பவானும் பிரியும் நேரம் வந்தது. இருவரும் பிரிவதற்கு முன்பாக ஒருவரை ஒருவர் கட்டியணைத்துக் கொண்டனர். ஜாம்பவதி தன் தந்தைக்கும் சகோதரனுக்கும் பிரியாவிடையளித்தாள். அவளுடைய கண்களில் கண்ணீர் தேங்கி நின்றது.

எல்லோரும் துவாரகாவிற்குப் புறப்பட்டனர். ஜாம்பவான் அவர்களை எல்லாம் வழியனுப்பி வைத்தார். ஜாம்பவதி அங்கிருந்து சென்றப் பிறகு ஏனோ ஒருவிதமான ஏக்கம் ஜாம்பவானின் இதயத்தை தொற்றிக் கொண்டது.

மாய உருவம்

"தேவி! உண்மையிலேயே என்னோடு வாழ உனக்கு விருப்பந்தானே! உன் தந்தை ஏதும் உன்னைக் கட்டாயப்படுத்தினாரா?!"

"இல்லை பிரபு! தங்களை முழுமனதுடன் தான் நான் மணந்துகொண்டேன்" என்ற ஜாம்பவதியின் முகம் வெட்கத்தில் சிவந்தது.

"தங்களைப் பற்றி சிறுவயதிலிருந்தே என் தந்தை சொல்ல கேட்டிருக்கிறேன். தாங்கள் சீதா தேவியை தேடி வானர சேனையோடு இலங்கை சென்றதையும் பாறைகளால் கடல்மீது பாலம் அமைத்ததையும் இலங்கை மன்னன் இராவணனை வதம் செய்ததையும் என் தந்தை சொல்லிப் பலமுறைக் கேட்டிருக்கிறேன். சிறு வயதிலிருந்தே தங்களை என் மணவாளனாக பாவித்துக் கொண்டு தான் நான் வாழ்ந்து வந்தேன். இதுபற்றி என் தந்தைக்கும் தெரியும். இப்படி தங்களை ஒருநாள் காண்பேன்; தங்களையே மணக்கவும் செய்வேன் என்று நான் கனவில் கூட நினைத்துப் பார்க்கவில்லை. உண்மையில் இவையெல்லாம் எனக்கு ஏதோ கனவுப் போல தான் தோன்றுகிறது" என்ற ஜாம்பவதியின் இதழ்கள் வார்த்தைகளோடு வெட்கத்தையும் சேர்த்தே உதிர்த்தது.

ஜாம்பவதி கூறியதை எல்லாம் கிருஷ்ணர் தன் படுக்கையில் சாய்ந்து கன்னத்தில் கைவைத்தபடியே ரசித்துக் கேட்டு கொண்டிருந்தார். அப்பொழுது இருவரும் வனத்தினிடையே அமைக்கப்பட்டிருந்த கூடாரத்தினுள்ளே தங்கியிருந்தனர். அந்த கூடாரத்தின் ஓர் மூலையில் சியமந்தக மணி பாதுகாப்பாக வைக்கப்பட்டிருந்தது.

கூடாரத்திற்கு வெளியே வீரர்கள் மரங்களுக்கிடையே அயர்ச்சியில் உறங்கிக்கொண்டிருந்தனர். வீரர்கள் உறங்கிக் கொண்டிருந்த இடத்திற்கு அப்பால் ஓர் மரத்தடியில் அக்ரூரர் உறங்கிக்கொண்டிருந்தார்.

முழுமதி வானின் உச்சத்தில் நின்றுகொண்டு அந்த அடர்ந்த காட்டின் மரக்கிளைகளுக்கிடையே தன் வெளிச்சத்தை படரவிட்டது. அன்றோடு அவர்கள் துவாரகாவில் இருந்து கிளம்பி இருபத்தியெட்டு நாட்கள் ஆகியிருந்தன. துவாரகாவிற்கு திரும்பிச் செல்லும் வழியில் மிகவும் அயர்ச்சியாய் இருந்ததால் வீரர்கள் அனைவரும் அந்த காட்டினிடையே கிருஷ்ணருக்கும் ஜாம்பவதிக்கும் கூடாரம் அமைத்துக் கொடுத்துவிட்டு ஆங்காங்கே புரவிகளை மரத்தில் கட்டிவைத்துவிட்டுப் படுத்து உறங்கினர்.

அந்த நள்ளிரவு வேளையில் கிருஷ்ணரோடு வந்த காவல் வீரர்களும் அக்ரூரரும் நன்றாய் உறங்கிக் கொண்டிருக்க கிருஷ்ணரும் ஜாம்பவதியும் காதல் சம்பாஷணையில் ஈடுபட்டிருந்தனர். இடையிடையே எழுந்த மிருகங்களின் சப்தத்தை தவிர அங்கு நிசப்தமே நிலவியது. அதுவரையில் ஆழ்ந்த உறக்கத்திலிருந்த அக்ரூரர், யாரோ காலை பிடித்து இழுப்பதுப் போல் உணர்ந்ததும் கண்களை விழித்துப் பார்த்தார். அங்கே யாரையும் காணாததால் ஏதோ சர்ப்பம் தான் காலுக்கருகில் ஊறி சென்றிருக்க வேண்டும் என்று நினைத்து தன் வெண்ணிற தாடியை தடவியபடியே கண்களை மூடிக்கொண்டார். சிறிது நேரம் ஓடியது. மீண்டும் யாரோ அவர் காலைப் பிடித்து இழுப்பதுப் போல் இருந்தது. கண்களை விழித்த அக்ரூரர் சுற்றியும் முற்றியும் பார்த்தார். அப்பொழுதும் அங்கே யாரையும் காணவில்லை. ஆனால் இந்த முறை அக்ரூரர் கொஞ்சம் பயந்தே போனார். எப்படியோ துணிவை வரவழைத்துக் கொண்டு அக்ரூரர் கண்களை மூடி உறங்க முயன்றார். அப்பொழுது மீண்டும் யாரோ அவர் காலை பிடித்து இழுத்தனர். இந்தமுறைப் பிடி விலகவில்லை. மிரண்டுப் போன அக்ரூரர் கண்களை விழித்துப் பார்த்தார். அதன் பிடி

மிகவும் இறுக்கமாக இருந்தது. ஆனால் அவருடைய கண்களுக்கு எதுவும் புலப்படவில்லை. அக்ரூரரின் இதயம் படபடவென அடித்துக் கொண்டது.

"யார்...யார் அது? என் காலை விடு!" என்று அக்ரூரர் அலறினார்.

அக்ரூரர் அவ்வாறு பயத்தில் அலறுவதைக் கேட்டதும் அந்த மாய உருவம் பேய் சிரிப்பு சிரிக்க துவங்கியது. அந்த வினோதமான சிரிப்பு சப்தத்தைக் கேட்டு மிரண்டுப் போன புரவிகள் கனைக்க துவங்கின. அதனால் தூக்கத்தில் இருந்து விழித்துக் கொண்ட வீரர்கள் அனைவரும் என்னாயிற்று என்று ஒருவரை ஒருவர் மாறி மாறிப் பார்த்துக் கொண்டனர்.

"விடு! விடு! என் காலை விடு", அக்ரூரர் ஓயாமல் அலறினார்.

அந்த மாய உருவம் அக்ரூரரின் காலைப்பிடித்து தரதரவென இழுத்துச் சென்றது.

"காப்பாற்றுங்கள்...காப்பாற்றுங்கள்" என்று அக்ரூரர் தன்னால் இயன்ற அளவு ஒலியெழுப்பினார்.

அக்ரூரரின் அலறலைக் கேட்டு கூடாரத்தின் உள்ளேயிருந்து வெளியே ஓடி வந்த கிருஷ்ணர், அக்ரூரர் தரையில் இழுத்துச் செல்லப்படுவதைக் கண்டதும் அவரை நோக்கி வேகமாக விரைந்தார். வீரர்களனைவரும் புரவியில் ஏறி வேகவேகமாக கிருஷ்ணரை பின்தொடர்ந்தனர். அப்பொழுதும் அவர்களால் கிருஷ்ணரின் வேகத்திற்கு ஈடுகொடுக்க முடியவில்லை.

சிறிது தூரம் இழுத்துச் சென்றதும் அந்த மாய உருவம் அக்ரூரரை தலைகீழாக அந்தரத்தில் தூக்கி நிறுத்தியது. அக்ரூரர் பயத்தில் உறைந்துப் போய்விட்டார். அவ்வாறு அக்ரூரர் அந்தரத்தில் தூக்கி நிறுத்தப்பட்டதும் கிருஷ்ணர் அப்படியே

நின்றுவிட்டார். பின்னால் வந்துக் கொண்டிருந்த புரவிகள் எல்லாம் கிருஷ்ணரை கடந்து சென்றன.

கிருஷ்ணர் தன் கையை உயர்த்தி கண்ணை மூடி ஓர் மந்திரத்தை உச்சரித்தார். அவருடைய விரல்நுனியில் ஒரு ஒளி தோன்றி மறைந்தது. அடுத்த நொடியே அவர் கையில் சக்ராயுதம் சுழன்று கொண்டிருந்தது. மிகவும் வேகமாக அக்ரூரரின் காலுக்கு அருகில் சக்ராயுதத்தை கிருஷ்ணர் செலுத்தினார். காற்றை கிழித்துக் கொண்டு சென்ற சுதர்சன சக்கரம் அந்த மாய உருவத்தின் கையை துண்டித்தது. அப்பொழுது ஒரு பெரும் அலறல் சப்தம் எழுந்தது. புரவிகள் வீரர்கள் என அனைவரும் ஸ்தம்பித்துப் போயினர். அந்த அலறல் சப்தத்தைக் கேட்டதும் வனத்தில் உறங்கிக் கொண்டிருந்த விலங்குகள் அனைத்தும் எழுந்து கூச்சலிட துவங்கின. வனமெங்கிலும் ஒரு பெரும் இடி வந்து இறங்கியதுப் போல் இருந்தது.

அந்தரத்தில் தொங்கிக் கொண்டிருந்த அக்ரூரர் தொப்பென்று கீழே விழுந்து மயங்கினார். வீரர்களனைவரும் அவர் விழுந்த இடத்திற்கு விரைந்தோடினர். அக்ரூரரின் காலை பச்சை நிறத்தில் ஒரு கை பற்றிக் கொண்டிருந்தது. துண்டிக்கப்பட்டிருந்த அக்கையிலிருந்து கருப்பு நிறத்தில் உதிரம் வழிந்து கொண்டிருந்தது. கிருஷ்ணர் அக்ரூரரிடம் சென்று அந்த கையை பிரித்தெடுத்து தொலைதூரம் வீசினார்.

ஒரு வீரன் ஓடிச்சென்று அருகிலிருந்த குளத்திலிருந்து தண்ணீர் கொண்டு வந்து அக்ரூரரின் முகத்தில் தெளித்தான். அக்ரூரர் மெதுவாக தன் கண்களை விழித்து சுற்றியும் முற்றியும் பார்த்தார்.

கிருஷ்ணர், "அக்ரூரரே! தங்களுக்கு ஒன்றுமாகவில்லையே?!" என்று நிதானமாக கேட்டார்.

"இல்லை... பிரபு... பிரபு... அது... அது...", அக்ரூரரின் உதடுகள் தடுமாறியது.

"என்னாயிற்று அக்ரூரரே?"

"இல்லை பிரபு! அது ஒருவேளை சியமந்தக மணியை தேடி வந்திருக்க கூடுமோ!" என்று அக்ரூரர் கூறியதும் கிருஷ்ணர் மௌனமாக சிந்தித்தார்.

"இல்லை அக்ரூரரே! இது வேறு எதையோ தேடி வந்திருக்கிறது. முதல் நாள் இரவன்று இதே போல் உத்தவரையும் ஏதோ தாக்க முயன்றது. ஆனால் நான் தடுத்துவிட்டேன். இன்று தங்களை தாக்கியிருக்கிறது" என்று சொல்லிக்கொண்டே கிருஷ்ணர் நிமிர்ந்து வானில் இருந்த முழுநிலவை உற்றுப் பார்த்தார்.

"நாம் அனைவரும் உடனடியாக துவாரகாவிற்கு புறப்பட்டாக வேண்டும். ஆயத்தமாகுங்கள்!"

மந்தன்

இருபத்தியெட்டு நாட்களாக கிருஷ்ணரை காணாததால் துவாரகாவில் ஒவ்வொரு நாளும் ஒருவித ஏக்கத்துடனும் குழப்பத்துடனுமே நகர்ந்துப் போய் கொண்டிருந்தன. கிருஷ்ணரைப் பற்றியும் சியமந்தக மணியை பற்றியும் மக்கள் பல்வேறு விதமாக பேசிக்கொண்டனர். உத்தவர், பிரசேனனின் உடலை பாதுகாப்பாக எடுத்து சென்றுப் பலராமரின் துணையோடு ஸத்ராஜித்திற்கும் மற்ற சிற்றரசர்களுக்கும் நிலைமையை புரிய வைத்தார்; அதே சமயம் கிருஷ்ணர் திரும்பி வரும் வரையில் இந்த விஷயங்கள் எதுவும் மக்களுக்கு தெரியாத வகையில் கிருதவர்மரும் சாத்யகியும் பார்த்துக் கொண்டனர்.

உத்தவர் துவாரகாவிற்கு திரும்பி மூன்று வாரங்கள் ஆன பின்பும் கிருஷ்ணர் திரும்பாததால் ருக்மிணி மிகவும் மனமுடைந்துப் போயிருந்தாள். உண்ணாமல் உறங்காமல் தனிமையிலேயே அவள் நாட்களை நகர்த்திக் கொண்டிருந்தாள். ருக்மிணி மட்டுமல்லாமல் வாசுதேவரும் தேவகியும் கூட கலங்கி தான் போயிருந்தனர். ஆனால் பலராமர் மட்டும் கிருஷ்ணர் கூடிய விரைவில் சியமந்தக மணியோடு திரும்பி வருவார் என்பதில் உறுதியாய் இருந்தார்.

தினமும் இரவு நேர காவல் தீவிரமாக இயங்கிக் கொண்டிருந்தது. சாத்யகி காலையிலும் கிருதவர்மர் இரவிலும் காவலை தலைமை தாங்கினர். இருபத்தியெட்டு நாட்களுக்கு முன் காணாமல் போயிருந்த வீரர்களை இன்னும் கண்டுபிடிக்க இயலவில்லை. ஒற்றர்கள் நாட்டிற்கு உள்ளேயும் வெளியேவும் தீயாய் சுழன்று கொண்டிருந்தனர். அன்று நிகழ்ந்த அந்த

சம்பவம் துவாரகாவின் அமைதியை முற்றிலுமாக குலைத்துவிட்டிருந்தது.

கிருஷ்ணர் அக்ரூரரை அந்த மாய உருவத்திடமிருந்து காப்பாற்றிய அதே நாளிரவு துவாரகாவில் குளக்கரை அருகே ஒரு பெண் பெருமூச்சு வாங்க ஓடிக் கொண்டிருந்தாள். அவளை ரத்த வெறிக் கொண்ட ஒரு பிசாசு விடாமல் துரத்திக் கொண்டே வந்தது. அவள் தன் உயிரை கையில் பிடித்துக் கொண்டு ஓடினாள். அவள் முகமெல்லாம் இரத்தம் தெறித்திருந்தது. ஓட முடியாமல் ஓடிக் கொண்டிருந்தவளை வழியில் இருந்த ஒரு பாறை தடுமாறிக் கீழே விழ வைத்தது. அவ்வாறு அவள் கீழே விழுந்ததும் அந்தப் பிசாசு அவள் மேலே பாய்ந்து மார்பைக் கடித்து ரத்தத்தைக் குடிக்க துவங்கியது.

வலி தாங்க முடியாமல் அந்தப் பெண் கதறி அழுதாள். யாரேனும் வந்துக் காப்பாற்ற மாட்டார்களா என்றவள் இதயம் ஏங்கியது.

அப்பொழுது எங்கிருந்தோ பறந்து வந்த ஒரு கதாயுதம் அந்தப் பிசாசை அடித்து தூக்கி வீசியது. அந்தப் பிசாசை தாக்கிய மறுகணமே கதாயுதம் மீண்டும் பலராமரின் கைகளை அடைந்தது. கையில் கதாயுதத்தை ஏந்திக் கொண்டு பலராமர் வேகமாக அந்தப் பெண்ணை நோக்கி ஓடி வந்தார். அவருக்குப் பின்னால் சில வீரர்கள் புரவியில் விரைந்தனர். பலராமர் ஓடிச் சென்று காயப்பட்ட அந்தப் பெண்ணை மடியில் ஏந்திக் கொண்டு, "என்ன ஆயிற்று?" என்று கேட்டார்.

அவள் பேசுவதற்கு மிகவும் சிரமப்பட்டாள்.

"பிரபு! அது என் கணவரையும் குழந்தையையும்.....", அவளுடைய குரல் விம்மியது; கண்ணில் கண்ணீர் தேங்கியது. அவள் மார்பிலிருந்து இரத்த வெள்ளம் பெருக்கெடுத்தோடியது.

பலராமர் விழுந்துக் கிடந்த பிசாசை பார்த்து முறைத்தார். அது பலராமரை கண்டதும் எழுந்து வேகமாக ஓட துவங்கியது.

"வீரர்களே! இந்தப் பெண்ணை உடனடியாக அருகில் ஏதேனும் வைத்திய சாலைக்கு அழைத்துச் செல்லுங்கள்!"

"உத்தரவு பிரபு!"

பலராமர் தன் கதையை தோளில் ஏந்திக் கொண்டு அந்தப் பிசாசை துரத்தி சென்றார். அந்தப் பிசாசு பலராமருக்கு பிடிபடாமல் மரம் விட்டு மரம் தாவிக் குதித்துச் சென்றது. பலராமர் விடாமல் துரத்தினார். அதுவும் பலராமருக்கு பிடிபடாமல் வெகு வேகமாக ஓடியது. அப்பொழுது அந்தப் பிசாசு ஒரு மரத்தின் மீது ஏறியது. பலராமர் தன் கதாயுதத்தை தூக்கி அந்தப் பிசாசை நோக்கி எறிந்தார். பிசாசு மரம் விட்டு மரம் தாவ முயன்ற போது பலராமரின் கதை அதைத் தாக்கிக் கீழே விழ செய்தது. கீழே விழுந்த உடனேயே பலராமர் பறந்து சென்று தன் முட்டியை அதன் மார்பில் பதித்து முஷ்டியை மடக்கி முகத்தில் ஓங்கிக் குத்தினார். வலி தாங்க முடியாமல் அந்தப் பிசாசு அலறியது. அதன் வாயிலிருந்து கருப்பு நிறத்தில் உதிரம் வெளியேறியது.

"யார் நீ? என்ன வேண்டும் உனக்கு? எதற்காக இப்படியெல்லாம் செய்து கொண்டிருக்கிறாய்?" என்று பலராமர் இடைவிடாமல் அதன் முகத்தில் தாக்கினார்.

வலி தாங்க முடியாமல் அந்தப் பிசாசு ஏதோ முனகியது. அப்பொழுது தான் பலராமர் ஒன்றை கவனித்தார். அதன் மார்பின் இடதுப் பக்கத்தில் சூரிய சின்னம் பொறிக்கப்பட்டிருந்தது. அது பொதுவாக துவாரகாவின் படைவீரர்கள் மார்பில் பொறிக்கப்பட்டிருக்கும் சின்னம். அதைக் கண்டதும் பலராமர் குழப்பமுற்றார்.

"இந்த சின்னம்...இது எப்படி உன் மார்பில்?" என்று பலராமர் கேட்டதும் அந்தப் பிசாசு வலியை எல்லாம் மறந்துவிட்டு ஏளனமாய் ஒலி எழுப்பி சிரித்தது.

அப்பொழுது தொலைவில் யாரோ அலறும் சப்தம் கேட்டது. அதைக் கேட்டதும் பலராமர் ஒருகணம் ஏதோ

சிந்தனையில் மூழ்கிப் போனார். அதற்குள்ளாக அந்தப் பிசாசு பலராமரை உதறி தள்ளிவிட்டு மரங்களுக்கிடையே புகுந்து மறைந்தது. ஏதோ தவறு நிகழ்ந்துவிட்டது என்பதை உணர்ந்துகொண்ட பலராமர் வேகமாக குளக்கரை நோக்கி சென்றார்.

அங்கே அடுக்கடுக்காய் பல அதிர்ச்சிகள் பலராமருக்காக காத்துக் கொண்டிருந்தன. பலராமரோடு வந்திருந்த வீரர்களனைவரும் கொடூரமாக கொல்லப்பட்டிருந்தனர். வீரர்களின் சிரம் தனியாக கரம் தனியாக கால் தனியாக வெட்டப்பட்டுக் கிடந்தன. அந்தக் காட்சியை கண்டதும் பலராமரின் இதயத்தில் கோபம், குரோதம், குழப்பம் என அத்தனை உணர்வுகளும் அலைமோதின. என்ன செய்வதென்று தெரியாமல் தடுமாறிய பலராமர் அப்பொழுது தான் அந்தப் பெண்ணின் உடல் அங்கே இல்லாமலிருப்பதை கவனித்தார். அருகில் எல்லா இடங்களிலும் அந்தப் பெண்ணை தேடிப் பார்த்தார். ஆனால் அந்தப் பெண்ணை அங்கே காணவில்லை.

அப்பொழுது கொஞ்சம் தொலைவில் அந்தப் பெண்ணின் அலறல் சப்தம் கேட்டது. பலராமர் தன் கதையை தூக்கிக்கொண்டு வேகமாக அந்த சப்தம் வந்த திசையை நோக்கி ஓடினார். அவ்விடத்தை அடைந்ததும் பலராமர் உறைந்துப் போய் நின்றுவிட்டார். அவராலேயே அவருடைய கண்களை நம்ப முடியவில்லை.

அங்கே கிருஷ்ணர் அந்தப் பெண்ணை கொலை செய்து கொண்டிருந்தார். அவர் முகமெல்லாம் இரத்தம் தெறித்திருந்தது. கிருஷ்ணர் தன் வாளினை ஆழமாக அந்தப் பெண்ணின் வயிற்றில் இறக்கினார். அவளுடைய உயிர் உடலை விட்டுப் பிரிந்தது. அவள் வயிற்றில் இறக்கிய வாளை வெளியே எடுத்த கிருஷ்ணர், கூந்தலைப் பிடித்து இழுத்து அந்த வாளினால் அவள் சிரத்தை துண்டித்து வீசினார். பின் அவளுடைய கைகளையும் கால்களையும் தனித்தனியாக

வெட்டியெறிந்தார். கிருஷ்ணரின் செயல்களை கண்டுப் பலராமர் ஸ்தம்பித்துப் போய் நின்றிருந்தார்.

அப்பொழுது கிருஷ்ணர் தன் வாளினை உயர்த்தி வானை நோக்கி ஒரு மந்திரத்தை உச்சரித்தார். துண்டிக்கப்பட்டுக் கிடந்த அந்தப் பெண்ணின் உடலில் இருந்து கோரமான தோற்றம் கொண்ட ஒரு பிசாசு வெளிதோன்றி பலராமரை பார்த்து முறைத்தது. அடுத்த கணமே அந்தப் பிசாசு வானில் பறந்து மறைந்தது. பலராமரின் கதாயுதம் அவருடைய கையைவிட்டு நழுவியது. அவ்வாறு பலராமர் செயலற்று நிற்பதைக் கண்டதும் கிருஷ்ணர் ஏளனமாய் நகைத்தார்.

"என்ன பலராமா! நிகழ்வது எதுவும் புரியவில்லையா?", அது தன்னுடைய கிருஷ்ணனாக இருக்க வாய்ப்பில்லை என்பதைப் பலராமர் உணர்ந்து கொண்டார்.

"யார் நீ?" என்று பலராமர் கேள்வியெழுப்பியதும் கிருஷ்ணரை போலிருந்த அந்த உருவம் வாய்விட்டு சிரித்தது. இரத்தம் படிந்த வாளை கையில் எடுத்துக் கொண்டு அந்த உருவம் பலராமரை நோக்கி நொண்டியபடியே நடந்து வந்தது.

"பலராமா! நான் தங்களுக்கு மிகவும் கடன்பட்டவன். தங்கள் நாட்டின் பிரஜைகளை எல்லாம் சித்ரவதை செய்து கொல்ல வேண்டுமென்று உறுதி பூண்டவன். அதற்காக நீ கவலைப்பட வேண்டாம்! கொல்லப்பட்டவர்கள் எல்லாம் மீண்டும் வருவார்கள். ஆனால் மனிதர்களாக அல்லாமல் வெறிப்பிடித்த பிசாசுகளாய் உருமாறி உங்களையே அழிக்க வருவார்கள்! இனி துவாரகாவின் வீதிகளில் அழுகுரல் மட்டுமே ஒலிக்கும். அந்த அழுகுரல்களுக்கிடையே எங்களுடைய சிரிப்பொலி எதிரொலிக்கும். உங்களை அழிப்பதற்காகவே ஒரு படையை உருவாக்கிக் கொண்டிருக்கிறோம். அந்தப் படை இந்த நகரம் முழுவதையும் நாசமாக்க போகிறது. நீயும் உன் தம்பியும் வேடிக்கைப் பார்க்க தானே போகிறீர்கள்" எனக் கூறியதும் கிருஷ்ணரைப்

போலிருந்த அந்த மாயாவி நிமிர்ந்து முழுநிலவை உற்றுப் பார்த்தான்.

"மீண்டும் சந்திப்போம்!", அடுத்த கணமே அந்த மாயாவி மாயமாய் மறைந்துப் போனான். பலராமர் அமைதியாக அங்கேயே நின்றிருந்தார். அந்த அமைதியிலும் அவருடைய மனதில் ஆயிரமாயிரம் கேள்விகள் தோன்றி மறைந்தன.

அப்பொழுது ஒரு புறா பறந்து வந்து பலராமரின் தோள்மீது அமர்ந்தது. அதன் காலில் ஒரு ஓலை பிணைக்கப்பட்டிருந்தது. ஓலையை பிரித்தெடுத்த பலராமர் அந்தப் பறவையை மீண்டும் பறக்கவிட்டார். அது கிருஷ்ணரிடமிருந்து வந்திருந்தது.

"தமையனே! நான் சியமந்தக மணியை கைப்பற்றிவிட்டேன். துவாரகாவிற்கு விரைந்து வந்து கொண்டிருக்கிறேன். இன்றிரவு அங்கு ஏதோ துர்சம்பவம் நிகழப் போவதாக என் உள்ளுணர்வு சொல்கிறது. ஜாக்கிரதை!", பலராமர் அந்த ஓலையை படித்துவிட்டு தன் விரல் இடுக்கில் மடக்கி வைத்துக்கொண்டார். அவருடைய கண்கள் கோபத்தில் சிவந்திருந்தது. அந்த கோபத்தை வெளிபடுத்த முடியாத சோகம் அவருடைய முகத்தில் தென்பட்டது. பலராமர் அவ்வாறு சோர்ந்துப் போய் நிற்பதைக் கண்டதும் முழுமதியே ஒருகணம் மங்கி மறைந்தது.

தடையாய் நின்ற கதவு

"அவன் பல மந்திர ஜாலங்களை என் கண்முன்னால் நிகழ்த்தினான். அவனைக் கொல்ல வேண்டுமென்று என் கரங்கள் துடித்தது. ஆனால் என்னால் எதுவும் செய்ய முடியவில்லை. கொடூரமான அவனுடைய செயல்களை எல்லாம் வெறுமனே வேடிக்கைப் பார்த்துக் கொண்டிருந்தேன்" என்று பலராமர் ஏதோ கனவில் பேசுவதைப் போல் பேசிக்கொண்டிருந்தார்.

பலராமர் சொல்வதை எல்லாம் விசாரணைக் கூடத்திலிருந்த கிருஷ்ணர், அக்ரூரர், உத்தவர், சாத்யகி, கிருதவர்மர் ஆகிய அனைவரும் பொறுமையாக கேட்டுக் கொண்டிருந்தனர். எல்லோருடைய முகத்திலும் ஒருவிதப் பதற்றம் தென்பட்டது.

"இதே போல் தான் என்னையும் ஒரு மாய உருவம் தாக்க முயன்றது. பிரபு ஸ்ரீ கிருஷ்ணர் தான் என்னை காப்பாற்றினார்" என்று அக்ரூரர் கூறினார்.

அக்ரூரர் அவ்வாறு கூறியதும் அனைவரும் அவரவர் கருத்தை வெளியிட துவங்கினர்.

அதுவரையில் அமைதியாக இருந்த கிருஷ்ணர், "சரி! சரி! அனைவரும் அமைதியாய் இருங்கள்! இனி நடந்ததைப் பற்றிப் பேசிப் பயனில்லை. இது நாம் துரிதமாக செயல்படவேண்டிய நேரம். கிருதவர்மரே!" என்று கூறிவிட்டு கிருதவர்மரை நோக்கி திரும்பினார்.

"பிரபு!"

"எல்லா ஒற்றர்களுக்கும் இந்த மாயாவியைப் பற்றி இரகசியமாக எடுத்துரையுங்கள். நான்குப் பக்கங்களிலும் ஒற்றர்களைப் பிரித்து அனுப்புங்கள். அதே சமயம் மக்களுக்கு இது எதுவும் தெரியாமல் பார்த்துக் கொள்ள வேண்டும். ஒருவேளை இந்த விஷயம் மக்களின் செவிகளுக்கு எட்டிவிட்டால் நாட்டில் தேவையில்லாத குழப்பம் உண்டாகக் கூடும்."

"உத்தரவு பிரபு!"

பின் கிருஷ்ணர் கிருதவர்மருக்கு எதிரிலிருந்த சாத்யகியை நோக்கி திரும்பினார்.

"சாத்யகி!"

"ஆணையிடுங்கள் பிரபு!"

"என்னுடைய கணிப்பு சரியாக இருந்தால் இது ஒரு தனியாளின் செயலாக இருக்க வாய்ப்பில்லை. அவனுக்குப் பின்னால் யாரோ இருக்கிறார்கள். நாம் தேடிக் கொண்டிருப்பது ஒரு மந்திரவாதக் கூட்டம்; அடுத்த முழுமதி தான் நம்முடைய இலக்கு. அதற்குள்ளாக அவர்களை நாம் பிடித்தாக வேண்டும். இல்லையென்றால் நிலைமை சிக்கலாகிவிடும். எனவே நீயே நேரடியாக இந்த தேடலில் இறங்கவேண்டுமென்று நான் ஆசைப்படுகின்றேன். வயதில் இளையவனானாலும் உன்னுடைய வீரத்தின் மீதும் விவேகத்தின் மீதும் எனக்கு அதீத நம்பிக்கை உண்டு. அடுத்த முழுமதிக்குள்ளாக அவர்கள் யார்? அவர்களுக்கு பின்னால் இருப்பது யார்? எதற்காக இதை செய்துக் கொண்டிருக்கிறார்கள்? என்பதையெல்லாம் நாம் அறிந்தாக வேண்டும். சாத்யகி! இது உன்னுடைய பொறுப்பு."

"உத்தரவு பிரபு!" என்று கூறிய சாத்யகி பொறுப்பை ஏற்றுகொண்டான்.

கிருஷ்ணர் அந்த அதிகாலை வேளையின் ஆரம்பத்தில் தான் சியமந்தக மணியோடு துவாரகாவிற்கு வந்துசேர்ந்தார்.

அன்றிரவு நிகழ்ந்த சம்பவங்களை எல்லாம் பலராமர் சொல்ல கேட்டவர் உடனடியாக அனைவரையும் விசாரணைக் கூடத்திற்கு வர சொல்லி உத்தரவிட்டார். பின் ஜாம்பவதியை தன் மாளிகைக்கு அனுப்பி வைத்துவிட்டு கிருஷ்ணரும் விசாரணைக் கூடத்திற்கு சென்றார். அங்கே நீண்ட நேரம் உரையாடிய பிறகு அந்த மாயாவியை கண்டுபிடிக்கும் பொறுப்பை சாத்யகியிடம் அளித்துவிட்டு உத்தவரை அழைத்தார்.

"உத்தவரே!"

"பிரபு!"

"ஸத்ராஜித் உட்பட நம் ஆளுகைக்குட்பட்ட எல்லா சிற்றரசர்களையும் உடனடியாக துவாரகாவிற்கு வர சொல்லி ஓலை அனுப்புங்கள். அனைவரின் முன்னிலையிலும் சியமந்தக மணியை நாம் ஸத்ராஜித் மன்னரிடம் திருப்பியளிக்க போகிறோம். அதுவரையில் இந்த சியமந்தகம் தங்களிடமே இருக்கட்டும்" என்று கூறிய கிருஷ்ணர் சியமந்தக மணியை உத்தவரிடம் ஒப்படைத்தார்.

தங்களுடைய முன்னிலையில் வயதில் இளைவர்களான உத்தவரிடமும் சாத்யகியிடமும் கிருஷ்ணர் பொறுப்பை ஒப்படைத்தது அக்ரூரரையும் கிருதவர்மரையும் வருத்தமடைய செய்தது. ஆனாலும் தங்களுடைய வருத்தத்தை வெளிக்காட்டிக் கொள்ளாமல் இருவரும் அமைதியாக இருந்தனர்.

"வேறு எதையேனும் பற்றி ஆலோசிக்க வேண்டுமா?" என்று கிருஷ்ணர் கேள்வியெழுப்பினார்.

"இல்லை...இல்லை பிரபு!" என அனைவரும் ஒரே கருத்தை தெரிவித்தனர்.

"அப்படியென்றால் சரி! எல்லோரும் புறப்படுங்கள். இன்று பிற்பகல் அனைவரும் அரசவையில் சந்திப்போம்" என்று கிருஷ்ணர் கூறியதும் அனைவரும் புறப்பட்டனர்.

உத்தவர் சியமந்தக மணியை எடுத்துக் கொண்டு தன்னுடைய மாளிகைக்கு சென்றார்.

கிருஷ்ணரும் பலராமரும் மட்டும் அங்கேயே அமர்ந்திருந்தனர். பலராமர் ஏதோ ஆழ்ந்த சிந்தனையில் மூழ்கியிருந்தார். பலராமர் அவ்வாறு சிந்தித்து கொண்டிருப்பதைக் கண்ணுற்ற கிருஷ்ணர், "என்ன ஆயிற்று அண்ணா?" என்று பலராமரின் கவனத்தை தன் பக்கம் இழுத்தார்.

"ஒன்றுமில்லை கிருஷ்ணா!"

"ஒன்றுமில்லாதையா இப்படி சிந்தித்துக் கொண்டிருக்கிறீர்கள்!"

பலராமர் சற்று தயங்கினார்.

"அவன் நம்மைப் பழிவாங்க வந்திருப்பதாக கூறினான் கிருஷ்ணா! அதைப் பற்றித் தான் சிந்தித்துக் கொண்டிருக்கிறேன்."

"வரட்டுமே அண்ணா! நம்மால் பதிலடிக் கொடுக்க முடியாதா என்ன?"

"இல்லை கிருஷ்ணா! நான் ஒன்றை இன்னும் உன்னிடம் சொல்லவில்லை. அவன் தோற்றத்தில் உன்னைப் போலவே இருந்தான் கிருஷ்ணா! ஒரு சிறிய மாற்றம் கூட இல்லை" என்று பலராமர் கூறியதைக் கேட்டதும் கிருஷ்ணர் புன்னகைத்தபடியே, "அதனால் என்ன அண்ணா!" என்றார்.

கிருஷ்ணர் அவ்வாறு கூறியதும் பலராமர் ஆச்சரியமடைந்தார்.

"அவன் மந்திர ஜாலங்கள்...."

"அண்ணா! அவன் என்னுடைய உருவிலேயே என்னைப் பழிவாங்க நினைக்கிறான். ஆனால் தாங்கள் என்னோடு இருக்கும் வரையில் எந்த மந்திர ஜாலத்தையும்

என்னால் தகர்த்தெறிந்துவிட முடியும்” என்று கிருஷ்ணர் கூறியதும் பலராமர் மௌனமாகினார்.

“எழுந்திருங்கள் அண்ணா! தங்களுக்கு சிறிது நேரம் ஓய்வு தேவை”, கிருஷ்ணர் பலராமரை அவர் மாளிகைக்கு அனுப்பி வைத்தார். பின் கிருஷ்ணரும் தன்னுடைய மாளிகைக்குப் புறப்பட்டார்.

அந்த அதிகாலை வேளையில் துவாரகா கொஞ்சம் கொஞ்சமாய் விழிக்க துவங்கியிருந்தது. சந்தைகளில் கூட்டம் கூடியது. சாலைகளில் மக்கள் நடமாட்டம் அதிகரித்தது. வீடுகளில் விளக்குகள் அணைக்கப்பட்டன. இரவு நேர காவலர்கள் பணி முடிந்து வீடுகளுக்கு திரும்ப துவங்கியிருந்தனர். எல்லாவற்றையும் கவனித்தவாறே கிருஷ்ணர் தன்னுடைய மாளிகைக்கு சென்று கொண்டிருந்தார். இருபத்தியெட்டு நாட்களுக்குப் பிறகு துவாரகாவின் சுவாசக்காற்றை அவர் ஆழ்ந்து அனுபவித்தார். இந்த மக்களின் அமைதி ஒருபோதும் தகர்ந்துவிடக் கூடாது என்று மனதிற்குள்ளேயே ஒருமுறை நினைத்துக் கொண்டார்.

மாளிகையில் அவருடைய அறையில் ஜாம்பவதி உறங்கிக் கொண்டிருந்தாள். அவள் உறக்கத்தைக் கலைக்க வேண்டாமென்று நினைத்த கிருஷ்ணர், ருக்மணியின் அறைக்கு திரும்பினார்.

ருக்மிணியின் அறைக்கதவு தாழிடப்பட்டிருந்தது.

“தேவி!”, கிருஷ்ணர் கதவை தட்டினார். கதவு திறக்கப்படவில்லை.

“ருக்மிணி!”, கிருஷ்ணர் மீண்டும் கதவை தட்டினார். அப்பொழுதும் கதவு திறக்கப்படவில்லை.

கிருஷ்ணர் விடாமல் மூன்று முறை கதவை தட்டினார்; ருக்மிணி கதவுக்கு அருகில் தான் நின்றுகொண்டிருந்தாள். ஆனாலும் அவளுக்கு கதவை திறக்க மனம் வரவில்லை.

இத்தனை நாட்களாக கிருஷ்ணரை காணாமல் ஏங்கிக் கொண்டிருந்தவளுக்கு ஜாம்பவதியின் வருகை பெரும் இடியாய் வந்து விழுந்தது.

"ருக்மிணி! என்மீது கோபமா?", ருக்மிணியின் மனநிலையை கிருஷ்ணர் புரிந்துகொண்டார்.

கிருஷ்ணரின் கேள்விக்கு எந்தவிதப் பதிலையும் கொடுக்காமல் ருக்மிணி மௌனமாகவே இருந்தாள். இருவரும் அருகருகே இருந்தும் அந்த அறைக்கதவு இருவருக்கும் இடையே தடையாய் இருந்தது. கிருஷ்ணர் அங்கிருந்து நகர்ந்து சென்றார். அவருடைய முகம் வாடிப் போயிருந்தது. அவர் நகர்ந்து செல்லும் காலடி சப்தத்தைக் கேட்டபடியே ருக்மிணி தேவி அறையினுள் அசையாமல் நின்றிருந்தாள். அவள் கண்களின் வழியே கண்ணீர் கன்னத்தை நனைத்து சென்றது.

பஹ்ரூபி

"பலராமனுக்கு ஒன்றும் ஆகவில்லையே?!"

"ஏனம்மா, அண்ணனை யாரேனும் நெருங்கிவிட முடியுமா? என்ன அவன் என்னுடைய தோற்றத்தை ஒத்திருந்ததால் கொஞ்சம் தடுமாறிப் போய்விட்டான்", கிருஷ்ணர் மஞ்சத்தில் அமர்ந்திருந்த தேவகியின் மடியில் சாய்ந்தபடியே உரையாடிக் கொண்டிருந்தார்.

அந்த அதிகாலை வேளையில் ருக்மிணி தேவி கதவை திறக்காததால் வருத்தத்தோடு தன் மாளிகையிலிருந்து வெளியேறிய கிருஷ்ணர் நேராக வாசுதேவரின் மாளிகைக்கு சென்றார். வாசுதேவர் அதிகாலையிலேயே எழுந்து நீராடிவிட்டு விஷ்ணு ஆலயத்திற்கு சென்றுவிட்டார். தேவகி மட்டும் தனியாக அவள் அறையில் உலாவிக் கொண்டிருந்தாள். நீண்ட நாட்களுக்குப் பிறகு கிருஷ்ணரை அங்கே கண்டதும் அவள் கண்களில் ஆனந்தக் கண்ணீர் வழிந்தது. தன் மகனை ஆரத் தழுவி நெற்றியில் முத்தமிட்டாள். கிருஷ்ணர், அவள் மடியில் படுத்துக்கொண்டு அன்றிரவு நகரில் நிகழ்ந்த சம்பவங்களை எல்லாம் விவரித்துக் கூறினார்.

"கிருஷ்ணா! நீ சொல்வதையெல்லாம் கேட்டால் எனக்கு மிகவும் பயமாக இருக்கிறது. அந்த பகவான் தான் நம்மையும் நம் நாட்டு மக்களையும் காத்தருள வேண்டும்" என்றாள் தேவகி.

"ஏனம்மா! என்மீது தங்களுக்கு நம்பிக்கை இல்லையா?"

"அப்படியில்லை கிருஷ்ணா! இதுபோன்ற மாயாவிகளை எல்லாம் அவ்வளவு எளிதாக எடுத்துக்கொள்ள முடியாது. அதுமட்டுமில்லாமல் நீ என்ன தான் இந்த நாட்டிற்கே மன்னனாக இருந்தாலும் எனக்கு எப்பொழுதும் குழந்தை தானே! உன்னை எதிர்நோக்கியிருக்கும் ஆபத்துகளை எல்லாம் என்னால் மற்றவர்களைப் போல் இயல்பாக எடுத்துக்கொள்ள முடியாது."

"அம்மா! நான் குழந்தையாக இருக்கும் போதே இதுபோன்ற பல மாயாவிகளை எதிர்கொண்டிருக்கிறேன்" என்று கூறிய கிருஷ்ணர் புன்னகைத்தார்.

"எனக்கும் உன் தந்தைக்கும் அதையெல்லாம் கண்டுகளிக்கும் வாய்ப்பு கிட்டவில்லையே கிருஷ்ணா!", தேவகியின் கண்களில் கண்ணீர் தேங்கியது.

"சரி...சரி! அதெல்லாம் இருக்கட்டும். ருக்மிணியை பார்த்து வந்தாயா?"

"இல்லை அம்மா!"

"ஏன்?"

"அவளுக்கு என்மேல் ஏதோ கோபம்."

"இல்லை...இல்லை... அப்படியெல்லாம் இருக்காது. இத்தனை நாட்களாக உன்னை காணாமல் அவள் எவ்வளவு ஏங்கிப் போயிருந்தாள் என்று எங்களுக்கு தான் தெரியும்."

"இல்லை அம்மா! ஜாம்பவதியின் வருகை அவளைக் காயப்படுத்தியிருக்க கூடும்" என்று கூறிய கிருஷ்ணர் பெருமூச்செறிந்தார்.

"அம்மா..."

"சொல் கிருஷ்ணா!"

"நான் சிறிது நேரம் ஓய்வெடுக்க வேண்டும்" என்று கிருஷ்ணர் கூறியதும் தேவகி மெதுவாக அவர் தலையை வருடிக் கொடுத்தாள். கிருஷ்ணர் அமைதியாக கண்களை மூடி தூங்கினார். அந்த மாளிகையின் சாளரம் வழியாக உதயசூரியன் தன் கிரணங்களைப் படரவட்டது.

அதே வேளையில் துவாரகாவிற்கு வெகு தொலைவில் அமைந்திருந்த வனப்பகுதியினுள்ளே ஒரு அரக்கன் வலி தாங்க முடியாமல் அலறிக் கொண்டிருந்தான். ஒரு பாழடைந்தப் பாசறையினுள்ளே அவன் கிடத்தப்பட்டிருந்தான். அந்தப் பாசறை முழுவதும் சிலந்தி வலைகளும் வெளவால்களும் சர்ப்பங்களும் பிசாசுகளும் நிரம்பியிருந்தன. அந்தப் பிசாசுகள் யாவும் ஓயாமல் கூச்சலிட்டபடியே அங்குமிங்கும் ஓடிக் கொண்டிருந்தன. அவ்வாறு அந்தப் பிசாசுகள் கூச்சலிட்டுக் கொண்டேயிருந்தால் கோபமடைந்த சர்ப்பங்கள் படமெடுத்து ஆடின. அதுமட்டுமில்லாமல் அங்கே மனிதர்களின் எலும்புக்கூடுகளும் மண்டை ஓடுகளும் நிரம்பியிருந்தன. அந்தப் பாசறையே இருட்டுப் பிடித்தாற் போல் இருந்தது.

அங்கே கிடத்தப்பட்டிருந்த அவ்வரக்கனின் இடது கை துண்டிக்கப்பட்டிருந்தது. துண்டிக்கப்பட்டிருந்த அவன் கரத்தினின்று கருப்பு நிறத்தில் உதிரம் வழிந்து கொண்டிருந்தது. அவனுக்கு மூன்று தலைகள் இருந்தது. உயரத்தில் அவன் எட்டடி இருந்தான். கிட்டத்தட்ட உயரத்தில் அவனைப் போலவே இருந்த இன்னொரு அரக்கன் நொண்டிக் கொண்டே வந்து உதிரம் வழிந்துக் கொண்டிருந்த இடத்தில் பச்சிலை வைத்து கட்டுப் போட்டான்.

"கொஞ்சம் பொறுத்துக்கொள் திரிமுகா! பஹ்ரூபி வந்தால் உன் கரத்தை சரிசெய்து விடுவாள்" என்றான் அந்த இன்னொரு அரக்கன்.

"முடியவில்லை மந்தா! என் பிராணனே போய்விடும் போல் இருக்கிறது" என்றான் திரிமுகன்.

"என்ன ஆயிற்று?", அப்பொழுது கரிய பெரிய உருவம் கொண்ட ஒரு அரக்கி உள்ளே வந்தாள். அவளைக் கண்டதும் திரிமுகனின் கரத்திற்கு கட்டுப் போட்டுக் கொண்டிருந்த மந்தன் எழுந்து நின்றான். திரிமுகன் எழ முயற்சித்தான். ஆனால் அவனால் முடியவில்லை.

இருவரும் அமைதியாக இருந்தனர்.

"உங்களை தான் கேட்கிறேன்! என்ன ஆயிற்று?" என்று அவள் மீண்டும் கேட்டாள்.

"அந்த கிருஷ்ணன் சுதர்சனத்தை எறிந்து என் கரத்தை துண்டித்துவிட்டான் பஹ்ரூபி!" என்று திரிமுகன் கூறியதும் பஹ்ரூபி ஓடி சென்று அவன் மார்பில் எட்டி உதைத்தாள். திரிமுகன் வலியில் அலறினான்.

"எத்தனை முறை எச்சரித்தேன்! அந்த கிருஷ்ணனிடம் நேரடியாக மோதாதே என்று!", அவள் பேசி கொண்டிருக்கையில் பின்னால் சில பிசாசுகள் ஓயாமல் கூச்சலிட்டுக் கொண்டிருந்தன.

"அட அசிங்கங்களே! சிறிது நேரம் அமைதியாக இருக்க முடியாதா?" என்று பஹ்ரூபி அந்தப் பிசாசுகளைப் பார்த்து கத்தினாள். எல்லா பிசாசுகளும் மிரண்டுப் போய் மௌனமாகின. பஹ்ரூபி திரும்பி திரிமுகனைப் பார்த்து முறைத்தாள்.

"திரிமுகா! நம்முடைய பலமும் பலவீனமும் அந்த கிருஷ்ணனுக்கு தெரியாத வரையில் தான் நம்முடைய திட்டங்களை நாம் சரியாக வகுக்க முடியும். ஒருவேளை நம்முடைய சக்திகளைப் பற்றி முழுமையாக அவன் அறிந்துகொண்டால் நிச்சயமாக நம்மை அழித்துவிடுவான். ஏனென்றால் நம்மால் செய்ய முடியாததையும் அவனால் செய்துகாட்ட முடியும். புரிகிறதா?"

"ஆனால் பஹ்ரூபி! நான் கிருஷ்ணனை நேரடியாக தாக்கவில்லை; ஒரு கிழவனை தான் தாக்க முயன்றேன். அதுவும் மறைந்திருந்து தான் தாக்கினான்."

"முட்டாளே! சுதர்சன சக்கரத்தால் உன்னுடைய சூட்சும சரீரத்தை கூட கிழித்தெறிய முடியும். மூன்று தலைகள் இருக்கிறதே தவிர மூலை இல்லையே உனக்கு!" என்று கூறிய பஹ்ரூபி, கீழே அமர்ந்து திரிமுகன் கையிலிருந்த பச்சிலை கட்டை அவிழ்த்துவிட்டு ஏதோ மந்திரத்தை உச்சரித்தாள்.

திரிமுகனின் துண்டிக்கப்பட்ட கை மீண்டும் முளைக்க துவங்கியது. பஹ்ரூபி செய்வதையெல்லாம் மந்தனும் திரிமுகனும் ஆச்சரியமாக பார்த்துக் கொண்டிருந்தனர். திரிமுகனின் கரம் பழைய நிலைக்கே திரும்பியது.

"அந்த கிருஷ்ணன் சிறுவனாக இருந்த போதே பூதனா, காற்றரக்கன், தேனுகாசுரன், பகாசுரன், அகாசுரன் என நம் இனத்தை சார்ந்த அனைவரையும் அழித்துவிட்டான். நம் பிரபுவான கம்சரை அவருடைய சபையில் வைத்தே கையால் அடித்துக் கொன்றான். எஞ்சியிருப்பது நாம் மட்டும் தான். ஒருகாலத்தில் மனிதர்கள் நம் இனத்தாரை எண்ணி அஞ்சி நடுங்கினர். ஆனால் இன்று வெளியே நடமாடக்கூட முடியாமல் இப்படி யார் கண்ணிற்கும் தெரியாமல் நாம் மறைந்து வாழ்ந்து கொண்டிருக்கிறோம் என்றால் அதற்கு முழுக்காரணமும் அந்த கிருஷ்ணன் தான்" என்று பஹ்ரூபி பேசிக் கொண்டிருக்க மந்தனின் முகமும் திரிமுகனின் முகமும் கோபத்தில் சிவந்தது.

"எனவே அவனுடைய அமைதியை குலைப்பது நம்முடைய கடமையாகும். அதே சமயம் நாம் நேரடியாக அவனை தாக்க கூடாது. நம்முடைய தாக்குதல் அவனை சார்ந்திருப்பவர்கள் மீது தான் விழ வேண்டும். நாம் அவனை அடிக்கப் போகிறோம் என்பதை அவன் அறிவதற்கு முன்பாகவே நாம் அவனை அடித்துவிட வேண்டும். அப்பொழுது தான் நம்முடைய அடி பலமாக விழும்" என்றுப்

பேசிக் கொண்டே பஹ்ரூபி மந்தனை நோக்கி, "நீ போன காரியம் என்ன ஆயிற்று?" என்று கேட்டாள்.

"நினைத்தபடியே முடிந்தது. பலராமனின் கண் முன்னரே அனைத்தையும் நிகழ்த்தினேன். மிரண்டுப் போய் விட்டான்" என்ற மந்தனின் பேச்சில் கர்வம் தொனித்தது.

"நல்லது மந்தா! அடுத்த முழுமதி வரும்போது நமக்குப் பெரிய வேட்டை காத்திருக்கிறது" என்று கூறியதும் பஹ்ரூபியின் கண்கள் மின்னியது.

அப்பொழுது அந்தப் பாழடைந்த கட்டிடத்தின் மேல்மாடம் வழியாக சூரியஒளி உள்ளே நுழைந்தது. வெளிச்சத்தை கண்டதும் பிசாசுகள் அனைத்தும் இருட்டை நோக்கி அலறியடித்துக்கொண்டு ஓடின. பஹ்ரூபி மேல்மாடத்தின் வழியாக வானில் நின்று கொண்டிருந்த சூரியனை உற்று நோக்கினாள்.

"இனி விடியப்போகும் ஒவ்வொரு விடியலும் அந்த கிருஷ்ணனுக்கு இருட்டு தான்", பஹ்ரூபியின் இதழ்களில் ஒரு கோரப் புன்னகை விரிந்தது.

பழிச்சொல்

அந்த அதிகாலை வேளையிலேயே உத்தவர், கிருஷ்ணர் சியமந்தக மணியோடு திரும்பிய செய்தியை சொல்லி ஸத்ராஜித் உட்பட எல்லா சிற்றரசர்களையும் உடனடியாக துவாரகாவிற்குப் புறப்பட்டு வருமாறு ஓலை அனுப்பினார். சிற்றரசர்கள் அனைவரையும் வரவேற்கும் பொறுப்பை அக்ரூரரும் உத்தவரும் பார்த்துக் கொண்டனர். காலை வேளையிலேயே அந்த மாயாவிகளை தேடிக் கண்டுபிடிக்கும் பொருட்டு சாத்யகி ஒரு சிறு படையை திரட்டிக் கொண்டு நகரைவிட்டு வெளியேறினான். நேற்றிரவு நகரில் நிகழ்ந்த குழப்பங்கள் எதுவும் மக்களுக்கு தெரியாதபடி கிருதவர்மர் பார்த்துக்கொண்டார். இறந்துப் போன அந்தப் பெண்ணின் உடலும் அவளுடைய கணவன் மற்றும் குழந்தையின் உடலும் சிறைச்சாலைக்குப் பின்னால் மிகவும் இரகசியமாக புதைக்கப்பட்டது.

காலைப் பொழுது விடிந்து இரண்டு ஜாமங்கள் முடிந்திருந்த வேளையில் ஸத்ராஜித் உட்பட துவாரகாவின் ஆளுகைக்குட்பட்ட அத்தனை சிற்றரசர்களும் தலைநகருக்கு வருகைப் புரிந்தனர். அரசவைக் கூடியது. சிற்றரசர்கள் அங்கே வருவதற்கு முன்பாகவே பலராமர், உத்தவர், அக்ரூரர், வாசுதேவர், கிருதவர்மர் என அனைவரும் அரசவை மண்டபத்திற்கு வந்துவிட்டனர். எல்லோருக்கும் முகமன் கூறிய பலராமர், ஸத்ராஜித்தை மட்டும் பார்த்தும் பார்க்காதது போல் இருந்துவிட்டார். பலராமரின் செயல் ஸத்ராபூர் மன்னருக்கு வருத்தத்தை உண்டாக்கியது; தன் தலையை தாழ்த்தியபடியே சென்று ஆசனத்தில் அமர்ந்து கொண்டார்.

அவையில் கூடியிருந்த சிற்றரசர்களனைவரும் பொறுமையாக கிருஷ்ணரின் வருகைக்காக காத்துக் கொண்டிருந்தனர். வாசுதேவரின் மாளிகையில் ஓய்வெடுத்துக் கொண்டிருந்த கிருஷ்ணர் எழுந்து நீராடிவிட்டு அரசவைக்கு விரைந்தார்.

கிருஷ்ணர் அரசவையினுள்ளே நுழைந்ததும் அவையிலிருந்த அனைவரும் எழுந்து நின்றனர். கிருஷ்ணர் எல்லோரையும் அமரும்படி சமிக்ஞை செய்தவாறே சென்று அரியாசனத்தில் அமர்ந்து கொண்டார். யார்மீதும் தனியாய் பார்வையை செலுத்தாமல் எல்லா பக்கங்களிலும் தன் பார்வையை ஓடவிட்டவர் உத்தவரை நோக்கி தொடங்குமாறு சமிக்ஞை செய்தார்.

உத்தவர் தன் ஆசனத்தினின்று எழுந்து அவையிலிருந்த அனைவரையும் நோக்கி கைக்கூப்பி நின்றார். அவருடைய கையிலிருந்த சியமந்தக மணியின் ஒளி எல்லோருடைய கண்களையும் கூசச் செய்தது.

"துவாரகாவின் மன்னரான கிருஷ்ணருக்கும் பலராமருக்கும் அவர்களுடைய தந்தையான வாசுதேவருக்கும் மதிப்பிற்குரிய உக்ரசேனருக்கும் இங்கே கூடியிருக்கும் துவாரகாவின் சிற்றரசர்களுக்கும் என்னுடைய பணிவான வணக்கங்கள்! ஸத்ராபூரின் இளவலும் மாவீரனுமான பிரசேனனின் மரணத்திற்கு துவாரகா வருத்தம் கொள்கிறது" என்று உத்தவர் கூறியதும் ஸத்ராபூர் மன்னரான ஸத்ராஜித் கண்களில் கண்ணீர் தேங்கியது. அவருடைய கண்ணீரில் வருத்தம் மட்டுமல்லாமல் குற்றவுணர்ச்சியும் கலந்திருந்தது.

"பிரசேனனுடைய மரணம் யாருமே எதிர்ப்பார்க்காத ஒன்று! அவருடைய ஜீவன் முக்தியடைய வேண்டுமென்று நம் அனைவரின் சார்பாகவும் நான் ஸ்ரீமந்நாராயணனை பிரார்த்தித்துக் கொள்கிறேன். இதோ என் கையில் இருக்கும் இந்த சியமந்தக மணியை பற்றி தாங்கள் அனைவருமே அறிவீர்கள் என்று நான் நினைக்கிறேன். இது ஸத்ராபூர்

மன்னரின் பக்தியை பாராட்டி சூரியதேவன் அவருக்குப் பரிசாய் அளித்தது. அழகான இந்தப் பொக்கிஷம் இருக்கும் இடத்தில் செல்வ செழிப்புகளை அள்ளிக்குவிக்கும் வல்லமை கொண்டது. அழகு இருக்கும் இடத்தில் ஆபத்தும் இருக்கும் என்கின்ற கூற்று சரி தான் போலும். இதனால் துவாரகாவில் ஏற்பட்ட குழப்பங்களுக்கு அளவே இல்லை.

கடந்த சில நாட்களுக்கு முன்பு நம் நாட்டின் யாதவன் ஒருவன் தலைநகரின் பிரதான சாலையில் கொடூரமாகக் கொலை செய்யப்பட்டிருந்தான். உங்களனைவருக்கும் ஒற்றர்களின் வாயிலாக இந்த செய்தி எட்டியிருக்கும் என்றே நான் நம்புகின்றேன். அதைப் பற்றி நாங்கள் விசாரித்துக் கொண்டிருந்த சூழலில் தான் பிரசேனன் காணாமல் போன செய்தியும் அதனால் துவாரகாவின் தூண்களான சிற்றரசுகளே துவாரகையை எதிர்த்துப் போர் தொடுக்கப் போவதாக ஒரு அறிவிப்பும் ஸத்ராபூர் மன்னரிடமிருந்து வந்தது. அதுபோன்ற நெருக்கடியான ஒரு சூழலில் தங்களிடமிருந்து அப்படியொரு அறிவிப்பை நாங்கள் எதிர்ப்பார்க்கவே இல்லை. அந்த செய்தி துவாரகாவிற்கு பெரும் இடியாகவே வந்து விழுந்தது. எந்த ஆதாரத்தை அடிப்படையாகக் கொண்டு தாங்கள் அனைவரும் கிருஷ்ணரின் மேல் பழி சுமத்தினீர்கள் என்று இன்று வரையிலும் எங்களுக்கு தெரியவில்லை. எது எப்படியோ உங்களுடைய உறவை இழக்க துவாரகாவிற்கு மனமில்லை. அதனால் பிரபு ஸ்ரீ கிருஷ்ணர் தாமே பிரசேனனை மீட்டும் பணியில் நேரடியாக இறங்கினார்.

ஆனால் பிரசேனனை எங்களால் உயிருடன் மீட்க முடியவில்லை. பிரபு ஸ்ரீ கிருஷ்ணரின் கடும் போராட்டத்தினால் மட்டுமே சியமந்தக மணியை மீட்பது சாத்தியமானது. இதோ! சபையில் இருக்கும் அனைவரின் முன்னிலையிலும் துவாரகாவின் தலைமை ஆலோசகனான நான் சியமந்தக மணியை பிரபு ஸ்ரீ கிருஷ்ணரிடமே சமர்பிக்கின்றேன். இனி இந்த மணியை என்ன செய்ய வேண்டுமென்பதை அவரே தீர்மானிப்பார்'' என்று உத்தவர்

பேசிக்கொண்டே சியமந்தக மணியை கிருஷ்ணரிடம் கொடுக்க வந்தார்.

கிருஷ்ணர் தன் அரியணையினின்று இறங்கி வந்து சியமந்தகத்தை உத்தவரிடமிருந்து பெற்றுக் கொண்டார். சியமந்தக மணியை வாங்கிக் கொண்ட பின் கிருஷ்ணர் சபையில் இருந்த அனைவரின் முகத்தையும் ஒருகணம் அமைதியாக உற்று நோக்கினார். பிரசேனன் தொலைந்துப் போயிருந்த வேளையில் கிருஷ்ணரை தவறாக புரிந்து கொண்டு சந்தேகப்பட்டுவிட்டோமே என்ற வருத்தத்தில் அங்கே இருந்த சிற்றரசர்களின் கிரீடங்கள் எல்லாம் தரைநோக்கி சாய்ந்திருந்தன.

அவ்வாறு தரை நோக்கியிருந்த முகங்களை கண்டு அவர்களுடைய உணர்வுகளைப் புரிந்துக் கொண்ட கிருஷ்ணர் அவையில் பேச தொடங்கினார்.

"என்னுடைய பேச்சிற்கு மதிப்பளித்து இங்கே வருகைப் புரிந்துள்ள அனைவரையும் துவாரகாவின் மன்னனாக வரவேற்பதில் நான் பெருமகிழ்ச்சி அடைகின்றேன். நான் பேச வேண்டுமென்று நினைத்ததையெல்லாம் உத்தவரே என் சார்பாக பேசிவிட்டார். அதனால் இப்பொழுது உங்களனைவருக்கும் ஒரு முக்கியமான நபரை அறிமுகம் செய்து வைக்க விழைகிறேன்."

கிருஷ்ணர் சபை வாயிலை நோக்கி, "ஜாம்பவதி" என்று அழைத்தார். ஆலயத்தில் உள்ள பெண்தெய்வ சிற்பமொன்று உயிர்ப்பெற்று வந்ததைப் போல் அரசவையினுள்ளே நுழைந்த ஜாம்பவதி, ஒவ்வொரு அடியையும் மெதுவாக எடுத்துவைத்து தலை குனிந்தபடியே சென்று கிருஷ்ணருக்கு அருகில் நின்றுகொண்டாள். அந்த தர்மசங்கடமான சூழ்நிலையிலும் அங்கே இருந்தவர்களால் கருமையான தேகம் கொண்ட அவளுடைய அழகை ரசிக்காமல் இருக்க முடியவில்லை. அவள் யாரென்று தெரியாததால் சிற்றரசர்களனைவரும் அவளை ஒருவித குழப்பத்தோடுப் பார்த்தனர்.

"இவள் பெயர், ஜாம்பவதி. சர்வ சக்திசாலியும் வனராஜனுமான ஜாம்பவானின் மகள். என்னுடைய இரண்டாவது மனைவி” என்று கிருஷ்ணர் கூறியதும் அவையில் இருந்த அனைவரின் முகமும் மலர்ந்தது.

"ஒருவகையில் சியமந்தக மணி மீண்டும் கிடைத்ததற்கு இவள் தான் முக்கிய காரணம். பிரசேனனை கொன்ற சிங்கத்தை ஜாம்பவான் கொன்றுள்ளார். அப்பொழுது அவருடைய கையில் சியமந்தக மணி சிக்கியுள்ளது. நான் அவரை நேரில் சந்தித்துக் கேட்டபோது அவராகவே எனக்கு இதை திருப்பியளித்தார். அது மட்டுமல்லாமல் அவருடைய அன்பு மகளையும் எனக்கு மணம் முடித்து வைத்தார். ஸத்ராபூர் மன்னரே!” என்று இடைவிடாமல் பேசிக் கொண்டிருந்த கிருஷ்ணர் ஸத்ராஜித்தை நோக்கி திரும்பினார்.

"ஒரு இரத்த சொந்தத்தை இழக்கும் வலி என்னவென்பதை நான் நன்கு அறிவேன். பிரசேனனை பிரிந்து தாங்கள் எவ்வளவு வேதனைப்படுகிறீர்கள் என்பதை என்னால் புரிந்து கொள்ள முடிகிறது. இது போன்ற சம்பவங்கள் எதுவும் நடந்துவிடக்கூடாது என்கிற நல் எண்ணத்தில் தான் நான் அன்று இங்கேயே சியமந்தக மணியை விட்டுவிட்டுச் செல்லும்படி தங்களுக்கு அறிவுறுத்தினேன். அதை தங்களிடமிருந்து அபகரிக்க வேண்டுமென்று நான் ஒருபோதும் நினைக்கவில்லை. இதோ! இந்த சியமந்தக மணி தங்களுக்கே சொந்தம்” என்று கூறிய கிருஷ்ணர் ஸத்ராபூர் மன்னரின் அருகில் சென்று சியமந்தக மணியை நீட்டினார். ஸத்ராஜித் தன் ஆசனத்தில் இருந்து எழுந்து அதைப் பெற்றுக் கொண்டார். குற்றவுணர்ச்சியால் அவருடைய உடல் குறுகியது; கண்களில் கண்ணீர் தேங்கியது.

"பிரபு! என்னை மன்னித்துவிடுங்கள். விஷயம் என்னவென்று தெரியாமல் தங்களைப் பற்றிய தவறான செய்தியை எல்லோரிடமும் பரப்பிவிட்டேன்.”

"மதிப்பிற்குரிய ஸத்ராஜித் அவர்களே! தாங்கள் என்னிடம் மன்னிப்பு கேட்க வேண்டிய அவசியமே இல்லை. தங்களுடைய இடத்தில் நான் இருந்திருந்தாலும் இதை தான் செய்திருப்பேன்" எனக் கூறிய கிருஷ்ணர் திரும்ப சென்று தன் அரியணையில் கம்பீரமாய் அமர்ந்து கொண்டார்.

"வா தேவி!" என்று ஜாம்பவதியை அழைத்தார்.

ஜாம்பவதி அவருக்கு அருகில் சென்று அமர்ந்து கொண்டாள்.

ஒருசில நிமிடங்கள் சபையில் நிசப்தமே நிலவியது.

அப்பொழுது வாசுதேவர் சிற்றரசர்களை நோக்கி, "அவ்வளவு தானே! வேறு ஏதேனும் விளக்கமளிக்க வேண்டுமா?" என்று கேள்வியெழுப்பினார்.

அவருடைய கேள்வியில் ஏளனம் தொனித்தது. அதனால் கோபமடைந்த சிற்றரசர்களனைவரும் இதற்கெல்லாம் நீ தான் காரணம் என்பதுபோல் ஸத்ராஜித்தை முறைத்துப் பார்த்தனர். ஸத்ராஜித் வெட்கி தலைகுனிந்தான்.

அனைவரும் அமைதியாக இருப்பதை கவனித்த வாசுதேவர், "அப்படியென்றால் சபைக் கலையட்டும். யாரங்கே! அரசர்களனைவருக்கும் விருந்து உபசாரங்களை கவனியுங்கள்!" என்றார்.

சத்யபாமா

"ஏன் அக்ரூரரே! ஸத்ராஜித் எதற்காக நம்மை ஸத்ராபூர் வர சொல்லியிருப்பார்?" என்றார் கிருஷ்ணர்.

"பிரபு! தங்களிடம் தனிப்பட்ட முறையில் மன்னிப்பு கேட்க வேண்டும் என்று நினைக்கிறான் போலும்."

"இல்லை! இல்லை! ஏதோ முக்கியமான விஷயத்தைப் பற்றிப் பேச வேண்டுமென்று அந்த ஓலையில் குறிப்பிடப்பட்டிருந்தது."

"தெரியவில்லையே பிரபு!" என்றார் அக்ரூரர்.

"தங்களுக்கு ஏதேனும் புலப்படுகிறதா, கிருதவர்மரே?"

"இல்லை பிரபு!" என்றார் கிருதவர்மர்.

"நான் தான் சிறியவன். விஷயத்தை வியூகிக்க முடியமால் தடுமாறுகிறேன்; உங்கள் இருவருக்கும் இத்தனை அனுபவம் இருந்தும் தெரியாது என்கிறீர்களே!" என்று கிருஷ்ணர் விளையாட்டுத்தனமாகப் பேசினார்.

"பிரபு! தங்களைவிட நாங்கள் வயதில் வேண்டுமானால் முதியவர்களாக இருக்கலாம். ஆனால் ஞானத்தில் தங்கள் முன் நாங்கள் இருவரும் சிறுபிள்ளைகள் தான்" என்றார் அக்ரூரர்.

"முகஸ்துதி செய்கிறீரா அக்ரூரரே!"

"இல்லை பிரபு! அக்ரூரர் உண்மையை தான் உரைக்கிறார்" என்று கூறிய கிருதவர்மர், அக்ரூரரின் கருத்தை ஒப்புக்கொண்டார்.

அரசவையில் கிருஷ்ணர் சியமந்தக மணியை திருப்பிக் கொடுத்த மறுநாளே கிருஷ்ணர் ஸத்ராபூருக்கு வருகை புரிய வேண்டுமென்று ஸத்ராஜித்திடமிருந்து ஓலை வந்திருந்தது. கிருஷ்ணர் அக்ரூரரையும் கிருதவர்மரையும் அழைத்துக் கொண்டு காவல்வீரர்கள் புடைசூழ ஸத்ராபூரை நோக்கி தன் புரவியை செலுத்தினார். ஒரு மணிநேரப் பயணத்திற்குப் பிறகு மூவரும் ஸத்ராபூரை அடைந்தனர்.

துவாரகா அளவிற்கு இல்லையென்றாலும் ஸத்ராபூரும் நேர்த்தியான முறையில் தான் கட்டமைக்கப்பட்டிருந்தது. ஸத்ராபூரின் மாளிகைகள் அனைத்தும் பளிங்கு கற்களாலேயே வடிவமைக்கப்பட்டிருந்தது. நடுவில் ஒரே ஒரு மாளிகையின் மேற்கூரை மட்டும் தங்கத்தினால் வேயப்பட்டிருந்தது. அது தான் ஸத்ராபூர் மன்னரின் மாளிகை.

ஸத்ராபூரில் கிருஷ்ணரை வரவேற்பதற்கான ஏற்பாடுகள் அனைத்தும் சிறப்பான முறையில் செய்யப்பட்டிருந்தன. வழியில் கிருஷ்ணரை கண்ட ஸத்ராபூர்வாசிகள் அனைவரும் கைக்கூப்பி வணங்கி மரியாதை செலுத்தினர்.

தன் மாளிகை வாசலில் நின்று கிருஷ்ணரை வரவேற்ற ஸத்ராஜித், வந்தவர்களை தன்னுடைய அறைக்கு அழைத்து சென்றார். அப்பொழுது ஸத்ராஜித் தன் கழுத்தில் சியமந்தக மணியை அணிந்திருந்தார். அதைக் கண்டதும் அக்ரூரரின் கண்களும் கிருதவர்மரின் கண்களும் பிரமிப்பில் மின்னியது.

உள்ளே கிருஷ்ணர், அக்ரூரர், கிருதவர்மர் ஆகிய மூவருக்கும் விதவிதமான திண்பண்டங்கள் பரிமாறப்பட்டன. அப்பொழுது ஸத்ராஜித்துடன் அவருடைய உறவினனான ஸததன்வனும் அவ்வறையில் இருந்தான். அவனுக்கு தான் ஸத்ராஜித் தன்னுடைய மகளான சத்யபாமாவை பேசி வைத்திருந்தார்

"சொல்லுங்கள் ஸத்ராஜித் அவர்களே! ஏதோ முக்கியமான விஷயத்தைப் பற்றி விவரிக்க வேண்டுமென்று கூறியிருந்தீரே!" என்றார் கிருஷ்ணர்.

"பிரபு! நேற்றிலிருந்து என் மனதை ஏதோ ஒன்று உறுத்திக் கொண்டே இருக்கிறது. அதனால் தான் தீவிர சிந்தனைக்குப் பிறகு ஒரு தீர்க்கமான முடிவை எடுத்துள்ளேன்."

"எதைப் பற்றி..."

"பிரபு! நான் சியமந்தக மணியை தங்களிடமே தந்துவிடப் போகிறேன்" என்று ஸத்ராஜித் கூறியதும் ஸததன்வன் ஏளனமாக நகைத்தான். அக்ரூரரும் கிருதவர்மரும் ஸததன்வனைப் பார்த்து முறைத்தனர். ஸததன்வனும் பதிலுக்கு முறைத்தான்.

ஸததன்வனுக்கு கிருஷ்ணரின் வருகையில் துளியும் மகிழ்ச்சியில்லை. வந்ததிலிருந்தே கிருஷ்ணரைப் பார்த்து முறைத்துக் கொண்டே இருந்தான். கிருஷ்ணர் அவனைக் கண்டுகொள்ளாமல் ஸத்ராஜித்திடம் உரையாடிக் கொண்டிருந்தார்.

"இல்லை ஸத்ராஜித் அவர்களே! இது சூரிய பகவான் தங்களுக்கு அன்பளிப்பாய் அளித்தது. இது தங்களுக்கே சொந்தமாகும்" என்று கூறினார் கிருஷ்ணர்.

"பிரபு! இதை நான் தங்களுக்கு நேரடியாக தரப்போவதில்லை. என் அன்பு மகளுக்கு சீதனமாய் வழங்கப் போகிறேன்."

"புரியவில்லையே?!"

"பிரபு! என்னுடைய அன்பு மகளான சத்யபாமாவை தங்களுக்கு மணம் செய்து வைக்க நான் விரும்புகிறேன்" என்று ஸத்ராஜித் கூறியதும், "என்ன உளறுகிறீர் மாமா?" என்று ஸததன்வன் கொதித்தெழுந்தான்.

"ஸதன்வா! சிறிது நேரம் பொறுமையாக இரு!” என்று கூறிய ஸத்ராஜித், ஸதன்வனை தடுத்து நிறுத்தினார்.

"பொறுமையாக இருக்க வேண்டுமா! கொடுத்த வாக்கை மீறுகிறாயே! நீயெல்லாம் ஒரு மன்னனா? இந்த கிருஷ்ணனை கண்டு நீ வேண்டுமானால் பயப்படலாம்; ஆனால் எனக்கு எவரை கண்டும் பயமில்லை. என் வழியில் யார் குறுக்கிட்டாலும் சரி அவர்களை என் வாளுக்கு இரையாக்கிவிடுவேன்” என்று ஸதன்வன் உஷ்ணம் தெறிக்க வார்த்தைகளை கொட்டினான்.

"மூர்க்கனே! முதலில் இந்த அறையை விட்டு வெளியேறு” என்று ஸத்ராஜித் ஸதன்வனை நோக்கிக் கத்தினார்.

"முடியாது!”

"நீயாக செல்கிறாயா? இல்லை காவாலாளிகளை வரவழைக்கட்டுமா?”

கிருஷ்ணர் எதுவும் பேசாமல் ஸதன்வனை நோக்கிப் புன்னகைத்தார். ஸதன்வன் கிருஷ்ணரை முறைத்துப் பார்த்தபடியே அறையை விட்டு வெளியேறினான்.

அவன் அறையை விட்டு வெளியேறிய பிறகு ஒருகணம் அமைதியாய் இருந்த கிருஷ்ணர் ஸத்ராஜித்தை நோக்கி, "அவனுடைய கோபத்திலும் ஒரு நியாயம் இருக்க தானே செய்கிறது” என்றார்.

"அவனை விட்டுத்தள்ளுங்கள் பிரபு! என்றோ அவன் தந்தைக்குக் கொடுத்த வாக்கிற்காக என் பெண்ணை ஒரு மூர்க்கனுக்கு மணம் செய்து வைத்து அவள் வாழ்க்கையை கெடுக்க எனக்கு விருப்பமில்லை. அதுமட்டுமில்லாமல் நான் தங்களோடு ஒரு இரத்த பந்தத்தை உருவாக்கிக் கொள்ள வேண்டுமென்று ஆசைப்படுகின்றேன்”, ஒரு பெருமூச்செறிந்த

ஸத்ராஜித், "இனி தங்களுடைய விருப்பம் தான் பிரபு!" என்றார்.

"இது குறித்து சத்யபாமாவிடம் பேசிவிட்டீர்களா?" என்று கிருஷ்ணர் கேள்வியெழுப்பினார்.

"பேசிவிட்டேன் பிரபு! வேண்டுமானால் நீங்களும் ஒருமுறைப் பேசிப் பாருங்கள்! மாளிகையின் பின்புறம் உள்ள மலர்வனத்தில் தான் அவள் இருக்கிறாள்."

ஒரு சில நிமிடங்கள் சிந்தனையில் ஆழ்ந்த கிருஷ்ணர், "நான் அவளிடம் பேசிவிட்டு என்னுடைய முடிவை தங்களுக்கு தெரிவிக்கிறேன்" என்றார்.

அக்ரூரரையும் கிருதவர்மரையும் அறையிலிருந்து அழைத்து சென்ற கிருஷ்ணர், இருவரையும் மாளிகையின் பின்வாசலிலேயே நிற்க வைத்துவிட்டு தனியாக மலர்வனத்திற்குள் சென்றார்.

அந்த மலர்வனத்தில் பல்வேறு வண்ணங்களில் பலவிதமான நறுமணங்கள் எழுப்பும் மலர்கள் நிரம்பியிருந்தன. மலர்வனத்தின் நடுவே ஒரு சிறிய குளமொன்று அமைக்கப்பட்டிருந்தது. அந்த குளத்தின் அருகே பூத்துக்குலுங்கும் பூக்களுக்கிடையே ஒரு பூவாகவே வீற்றிருந்தாள், சத்யபாமா.

மின்னும் கண்கள்! தாமரை போல் விரிந்த இதழ்கள்! நீண்ட நெற்றி! மெல்லிய இடை! கருமையான கூந்தல்! சிவந்த தேகம்! அவளுடைய இருத்தல் தான் அந்த மலர்வனத்தின் அழகையே முழுமைப்படுத்துவதுப் போல் இருந்தது. அவளுடைய அழகுக்கு ஏற்றாற்போல் ஒரு மஞ்சள் நிற ஆடையை அவள் உடுத்தியிருந்தாள். சத்யபாமாவின் அழகைக் கண்டு கிருஷ்ணரே ஒருகணம் மயங்கிப் போனார்.

சத்யபாமா அங்கே கிருஷ்ணரை கண்டதும் வெட்கத்தில் முகம் சிவந்துப் போய் எழுந்து நின்றாள்.

கிருஷ்ணர் மெதுவாக நடந்து சென்று அவள் அருகில் நின்று கொண்டார். இருவரும் எதுவும் பேசிக் கொள்ளாமல் ஒருவரை ஒருவர் மாறி மாறிப் பார்த்துக் கொண்டனர்.

"நான்...."

"தெரியும்!" என்று கிருஷ்ணர் பேச தொடங்கும் முன்பாகவே சத்யபாமா பதிலளித்தாள்.

"உன் தந்தை உன்னை எனக்கு..."

"என்னிடமும் அதுப்பற்றி கூறினார்" என்று வார்த்தைகளோடு சேர்த்து சத்யபாமா வெட்கத்தையும் வெளியிட்டாள்.

"உன்னை ஸததன்வனுக்கு மணம் செய்து வைக்க இருந்த ஏற்பாட்டைப் பற்றி நான் அறிவேன். திடீரென்று என்னை மணந்துக் கொள்ள வேண்டுமென்று உன் தந்தை ஏதேனும் கட்டாயப்படுத்தினாரா?"

"இல்லை! இல்லை! உண்மையை சொல்ல வேண்டுமென்றால் இத்தனை நாட்களாக ஸததன்வனை மணந்து கொள்ள தான் என்னைக் கட்டாயப்படுத்தி கொண்டிருந்தார். ஆனால் தங்களை எனக்கு..."

"பிடித்திருக்கிறதா?"

"ம்ம்", சத்யபாமா தன் புன்னகையால் கிருஷ்ணருக்கு பதிலளித்தாள்.

"அப்படியென்றால் என்னை மணந்து கொள்ள சம்மதமா?" என்று கிருஷ்ணர் கேள்வியெழுப்பினார்.

"சம்மதம்" என்று சத்யபாமா பதிலளித்ததும் இருவரும் ஒருவரை ஒருவர் கட்டியணைத்துக் கொண்டனர். இதையெல்லாம் அங்கே மறைந்து நின்றபடி ஸததன்வன் கவனித்து கொண்டிருந்தான். அவனுடைய இதயம் குமுறும் எரிமலைப் போல் பற்றி எரிந்தது.

கிருஷ்ணர் சத்யபாமாவிடம் விடைப்பெற்றுவிட்டு ஸத்ராஜித்திடம் சென்று தன் சம்மதத்தை தெரிவித்தார். ஸத்ராபூர் மன்னர் மிகவும் மகிழ்ச்சியுற்றார். பின் திருமணத்திற்கான ஏற்பாடுகளை தொடங்குமாறு கூறிவிட்டுக் கிருஷ்ணர் அக்ரூரரையும் கிருதவர்மரையும் அழைத்துக்கொண்டு அங்கிருந்துப் புறப்பட்டார்.

அப்பொழுது ஸதன்வன் கோபமாக கிருஷ்ணரை நெருங்கி வந்தான். கிருஷ்ணர் அவனை பொறுமையாக எதிர்கொண்டார்.

"இத்தனை நாட்களாக எனக்கென்று நான் நினைத்துக் கொண்டிருந்தவளை நீ ஒரே நாளில் அபகரித்துவிட்டாய். இதற்காக உன்னை வருந்த வைக்காமல் விடமாட்டேன் கிருஷ்ணா!" என்று ஸதன்வன் கூறியதும் கிருஷ்ணரின் இதழ்களில் ஒரு விஷமப் புன்முறுவல் விரிந்தது.

"ஸதன்வா! எங்களுடைய திருமணத்திற்கு நீ நிச்சயமாக வர வேண்டும். உனக்காகவே ஒரு சிறப்பு விருந்தை ஏற்பாடு செய்ய சொல்லி உத்தரவிட்டிருக்கிறேன்" என்று கிருஷ்ணர் கூறியதும் அவரை சுட்டெறித்துவிடுவது போல் ஸதன்வன் முறைத்துப் பார்த்தான்.

இரகசியம்

வெகு சில நாட்களிலேயே துவாரகாவில் கிருஷ்ணருக்கும் சத்யபாமாவுக்கும் கோலாகலமான முறையில் திருமணம் நடைப்பெற்றது. திருமணத்திற்குப் பல முக்கிய பிரமுகர்கள் வருகைப் புரிந்திருந்தனர். துவாரகாவாசிகளும் ஸத்ராபூர்வாசிகளும் அந்த திருமணத்தை ஒரு பண்டிகையாகவே கொண்டாடினர்.

திருமணத்தின் போது ஸத்ராஜித் தன்னுடைய சியமந்தக மணியை சீதனமாய் வழங்கினார். ஆனால் கிருஷ்ணர் அதை வாங்கிக் கொள்ளாமல் தங்களுடைய மகளுக்கு ஒரு வாரிசு பிறக்கும் வரையில் அது தங்களிடமே இருக்கட்டும் என்று திருப்பியளித்துவிட்டார். ஸத்ராஜித்தும் திருமணம் முடிந்த கையோடு மகிழ்ச்சியாய் நாடு திரும்பினார். திருமணம் முடிந்த இரவு, சத்யபாமாவுகென்று ஒதுக்கப்பட்டிருந்த மாளிகையில் கிருஷ்ணரும் சத்யபாமாவும் கொஞ்சி விளையாடிக் கொண்டிருந்தனர்.

அந்த வேளையில் ருக்மிணி தேவி தன்னுடைய மாளிகையின் மேல் முற்றத்தில் இருந்து துவாரகாவின் அழகை அமைதியாக வேடிக்கைப் பார்த்துக் கொண்டிருந்தாள். துவாரகாவில் விழாக்கோலம் கலைந்து கொஞ்சம் கொஞ்சமாய் இயல்பு நிலை திரும்பிக் கொண்டிருந்தது. ஏனோ ஒருவித ஏக்கம் அவளை விடாமல் வாட்டி வதைத்துக் கொண்டிருந்தது.

அப்பொழுது பின்னால் இருந்து வந்து ருக்மிணி தேவியை கட்டியணைத்துக் கொண்ட கிருஷ்ணர், "என்மீது கோபமா தேவி?" என்று கேட்டுவிட்டு அவள் கன்னத்தில் ஓர் முத்தம் இட்டார்.

ருக்மிணி தேவி எதுவும் பேசாமல் அமைதியாக இருந்தாள்.

"சொல் தேவி! என் மேல் கோபமா?"

"தங்கள் மீது கோபம் கொள்ளும் அளவிற்கு எனக்கு உரிமை உள்ளதா பிரபு!" என்று கூறியபடியே ருக்மிணி கிருஷ்ணரைப் பார்த்து திரும்பினாள். அவளுடைய கண்களில் கண்ணீர் தேங்கி நின்றது.

"என்ன தேவி! நீ இவ்வாறு கேட்கலாமா? இந்த துவாரகாவில் என்மீது முழு உரிமை கொண்ட ஒரே பெண் நீ தான் தேவி!" எனக் கூறிய கிருஷ்ணர் அவள் கண்களில் தேங்கியிருந்த கண்ணீரை துடைத்துவிட்டார்.

"உண்மையாகவா பிரபு?"

"உண்மையாக தான் தேவி!" என்று கிருஷ்ணர் கூறியதும் ருக்மிணி அவரை கட்டியணைத்துக் கொண்டார்.

"பிரபு! எனக்கு தங்கள் மீது எந்தவிதமான கோபமும் இல்லை. ஏனோ ஒருவிதமான ஏக்கம். ஒருவேளை பிரத்யும்னன் நம்மோடு இருந்திருந்தால் எனக்கு இதுபோன்ற உணர்வுகள் எதுவும் தோன்றியிருக்காது போலும்" என்றாள் ருக்மிணி தேவி.

"தேவி! உன்னுடைய உணர்வுகளை என்னால் புரிந்து கொள்ள முடிகிறது. ஆனால் ஒரு மன்னனாக இதுபோன்ற திருமண சம்பந்தங்களை என்னால் மறுக்க முடியாது. நம் நாட்டு மக்களின் நலனுக்காகவும் நம் நாட்டின் எதிர்காலத்திற்காகவும் நான் இதையெல்லாம் செய்து தான் ஆகவேண்டும்."

"நான் அறிவேன் பிரபு!"

"ஆனால் உனக்கு ஒரு வாக்குறுதியை என்னால் அளிக்க முடியும்" என்று கிருஷ்ணர் கூறினார்.

ருக்மிணி தேவி "என்ன அது?" என்பது போல் கிருஷ்ணரைப் பார்த்தாள்.

"வரலாற்றில் என் பெயர் பேசப்படும் இடத்தில் எல்லாம் உன் பெயரும் பேசப்படும். இது நான் உனக்களிக்கும் வாக்கு" என்று கிருஷ்ணர் கூறியதும் ருக்மிணி தேவி தன்னுடைய இதழ்களை கிருஷ்ணரின் இதழ்களோடு பதித்தாள். இருவரின் இதழ்களும் வார்த்தைகளே இல்லாமல் பேசிக் கொண்டன. இருவரும் முத்தமிட்டபடியே முற்றத்திலிருந்துப் பஞ்சணைக்குக் குடிப்பெயர்ந்தனர். பஞ்சணையின் மீது இருவரும் ஒருவரோடு ஒருவர் பின்னிப் பிணைந்தனர். அதன் பிறகு நிகழ்ந்ததெல்லாம் அந்தப் பஞ்சணைக்கு மட்டுமே தெரிந்த இரகசியம்.

மதுபானக்கூடம்

நாட்கள் வேக வேகமாய் நகர அடுத்த பௌர்ணமியும் வந்தது. ஆனால் அந்த மாயாவிகளை தேடிப் போன சாத்யகியிடமிருந்து எந்தவிதமான தகவலும் இல்லை. அன்றைய காவல் வழக்கம் போல் தீவிரமாக்கப்பட்டிருந்தது. துவாரகாவின் பிரதான வாயிலிலும் சுங்க சாவடிகளிலும் சரியான அடையாள சின்னம் வைத்திருப்பவர்களை மட்டுமே உள்ளே செல்ல அனுமதித்தனர். அன்றிரவு முழுவதும் யாரும் நகரை விட்டு வெளியே செல்லக்கூடாது என்று உத்தரவுப் பிறப்பிக்கப்பட்டிருந்தது. சந்தேகப்படும்படியாக யார் தென்பட்டாலும் அங்கேயே அவர்களை நிற்கவைத்து விசாரிக்க காவல் வீரர்களுக்கு அதிகாரம் வழங்கப்பட்டிருந்தது. அதே சமயம் மக்களிடம் எந்தவிதமான அடக்குமுறையையும் கையாள வேண்டாமென்று அறிவுறுத்தப்பட்டிருந்தது.

தெற்கே கிருதவர்மரும் வடக்கே அக்ரூரரும் கிழக்கே பலராமரும் மேற்கே கிருஷ்ணரும் காவலை தலைமை தாங்கினர். அந்த இரவு வேளையில் தங்களை எதிர்நோக்கி இருக்கும் அபாயத்தைப் பற்றி எந்தவிதமான சிந்தனையும் இல்லாமல் துவாரகாவின் மக்கள் அவர்களுடைய அன்றாட வாழ்க்கையை எப்பொழுதும் போல் சந்தோஷமாக கழித்து கொண்டிருந்தனர்.

மாளிகைகளிலும் வீடுகளிலும் விளக்குகள் ஏற்றப்பட்டன. சந்தைகளிலும் மதுப்பானக் கடைகளிலும் கூட்டம் நிரம்பி வழிந்தது. நாட்டின் தெற்கு பகுதியில் இருந்த மதுபானக் கூடம் ஒன்றில் வழக்கத்திற்கும் அதிகமாக கூட்டம்

நிரம்பி வழிந்தது. அதனால் காவலுக்கு நான்கு வீரர்கள் கூடாரத்திற்கு முன்னால் நிறுத்தப்பட்டனர்.

அப்பொழுது முகத்திற்கு திரையிட்டபடி ஆஜானுபாகுவாய் ஒருவன் அங்கே வந்தான். அவனைப் பார்ப்பதற்கு ஒரு சாதாரண மனிதனைப் போல் தோன்றவில்லை. சந்தேகப்பட்ட காவலர்கள், "நில்! உன் அடையாள சின்னத்தைக் காட்டு" என்று அவனை தடுத்து நிறுத்தினர். வந்தவன் அடையாள சின்னத்தைக் காட்டாமல் தன் முகத்திரையை விலக்கினான்.

அவன் முகத்தைக் கண்டதும் மிரண்டுப் போன காவலர்கள், "மன்னித்துவிடுங்கள் பிரபு!" என்று கூறிவிட்டு மண்டியிட்டனர்.

"எழுந்திருங்கள்!" என்று கிருஷ்ணர் அந்த காவலர்களை நோக்கி ஆணையிட்டார்.

"தங்களுடைய மகத்தான பணியை இதே போல் தொடருங்கள்! எனக்கு உள்ளே ஒரு முக்கியமான பணி உள்ளது. நான் சென்று வருகிறேன்" என்றார் கிருஷ்ணர்.

"உத்தரவு பிரபு!"

கிருஷ்ணர் தன் முகத்தை திரையிட்டபடியே கூடாரத்தை திறந்து கொண்டு உள்ளே சென்றார். உள்ளே நூற்றுக்கணக்கான துவாரகாவாசிகளும் வெளியூர்வாசிகளும் அமர்ந்து மது அருந்திக் கொண்டிருந்தனர். அந்த கூடாரத்தின் எல்லா மூலைகளிலும் தீப்பந்தங்கள் ஏற்றப்பட்டிருந்தது. சிலர் மது அருந்தியபடியே கூட்டமாக அமர்ந்து சூதாடிக் கொண்டிருந்தனர்.

எல்லாவற்றையும் கவனித்தபடியே உள்ளே நுழைந்த கிருஷ்ணர், மதுக்கடைக்காரனிடம் தன் இடைக்கச்சையிலிருந்த சில தங்க நாணயங்களை வீசியெறிந்து அங்கு இருப்பதிலேயே விலைவுயர்ந்த மதுவை வாங்கி அருந்தினார். இதையெல்லாம்

அருகிலிருந்து கவனித்த ஒருவன் கிருஷ்ணரிடம் பேச்சு கொடுக்க துவங்கினான்.

"வெளியூரா?" என்றான் அவன்.

"இல்லை! இல்லை!"

"தங்கநாணயங்கள் புரளுகிறதே! வணிகரோ?"

"இல்லை!"

"பிறகு என்ன வேலை செய்கிறீர்?"

"முதலில் மாடு மேய்த்து கொண்டிருந்தேன். இப்பொழுது அந்த வேலையும் இல்லை."

"அப்படியா! தங்கள் பெயர் என்னவோ?"

"என் பெயர் தெரிய வேண்டுமா உனக்கு?" என்று கூறிய கிருஷ்ணர், முகத்திரையை அகற்றி தீப்பந்த வெளிச்சத்தில் தன் முகத்தை அவனுக்குக் காட்டினார்.

கிருஷ்ணரின் முகத்தை கண்டதும், "பிரபு! பிரபு! என்னை மன்னித்துவிடுங்கள்!" என்றவன் அமர்ந்திருந்த இடத்திலிருந்து கீழே விழுந்து அவருக்கு மண்டியிட்டு மரியாதை செலுத்தினான்.

"அடா! அமைதி! அமைதி! கூச்சலிடாதே!" என்ற கிருஷ்ணர் மீண்டும் தன் முகத்தை திரையிட்டு மூடிக் கொண்டார்.

"உன் பெயர் என்ன?" என்று கிருஷ்ணர் அவனிடம் கேள்வியெழுப்பினார்.

"பிரபு! என் பெயர் சங்கு."

"சங்கு! வா! அமரு!"

"பிரபு...", சங்கு கிருஷ்ணருக்கு அருகில் அமர தயங்கினான்.

"இப்பொழுது அமரப் போகிறாயா, இல்லையா!" என்று கிருஷ்ணர் மிரட்டும் தொனியில் குரல் எழுப்பியதும் சங்கு மீண்டும் தன் இருக்கையில் அமர்ந்து கொண்டான்.

"என்ன பெயரடா இது, சங்கு?"

"பிரபு! நான் குழந்தையாக இருந்தபோது என்னுடைய அழுகுரல் சங்கொலியை போல் இருக்குமாம். அதனால் என் தாய்தந்தையர் எனக்கு சங்கு என்றே பெயர் வைத்துவிட்டனர்" என்று சங்கு கூறியதும் கிருஷ்ணர் வாய்விட்டுச் சிரித்தார்.

"நன்றாக தான் வைத்திருக்கிறார்கள்!"

"நன்றி பிரபு!"

"எங்கு வேலைப் பார்க்கிறாய்?"

"சுங்கச்சாவடியில் பணம் வசூலிக்கும் வேலை பிரபு!"

"நல்லது! நல்லது!"

இருவரும் மது அருந்திவிட்டு சிறிது நேரம் அமைதியாக இருந்தனர்.

"சங்கு..."

"பிரபு!"

"இங்கு மது மட்டும் தான் கிடைக்குமா? வேறு கொண்டாட்டம் எதுவும் கிடையாதா?"

"மதுவை விடப் பெரிய கொண்டாட்டம் வேறு என்ன இருக்க முடியும், பிரபு?" என்று சிரித்துக் கொண்டே கூறினான், சங்கு.

"உனக்குப் புரியவில்லை, இரு!" என்று கூறிய கிருஷ்ணர் எழுந்து நொண்டியபடியே நடந்தார்.

அந்த மதுக்கூடத்தின் நடுவே ஒரு பெரிய மேடை அமைக்கப்பட்டிருந்தது. போதையில் தள்ளாடிக் கொண்டே மேடையின் மீது ஏறிய கிருஷ்ணர், "நண்பர்களே! என் அருமை குடிகார நண்பர்களே! எல்லோரும் இங்கே கொஞ்சம் கவனியுங்கள்" என்று கூறி அங்கேயிருந்த எல்லோரின் கவனத்தையும் தன் பக்கம் இழுத்தார்.

"என்னப் போதை அதிகமாகிவிட்டதா உனக்கு?" என்று கூடத்திலிருந்த ஒருவன் கேள்வியெழுப்பினான். அவன் அவ்வாறு கேட்டதும் அங்கேயிருந்த அனைவரும் கேலியாக கூச்சல் எழுப்பினர்.

"அமைதியாக இருங்கள்! அமைதியாக இருங்கள்! உங்களனைவருக்கும் நான் ஒரு கொண்டாட்டத்தை ஏற்பாடு செய்திருக்கிறேன்" என்றார் கிருஷ்ணர்.

"கொண்டாட்டமா?! எங்களை எல்லாம் பார்த்தால் சோகமாக இருப்பதுப் போல் தெரிகிறதா உனக்கு! முதலில் யார் நீ? உன் முகத்திரையை அகற்று!"

"ம்ம்...என்னுடைய அடையாளம் தங்களுக்கு தேவையில்லாத ஒன்று. இப்பொழுது தங்களுக்கு தேவை என்னவென்றால்... ஓய்! பஹ்ரூபி! வா உள்ளே! என் குடிகார நண்பர்களுக்கு கொஞ்சம் குதூகலம் தேவை" என்று கிருஷ்ணரின் உருவிலிருந்த மந்தன் அழைத்ததும் கூடாரத்தைத் திறந்துக் கொண்டு ஒரு தேவலோகப் பெண்ணைப் போல் தன் உருவை மாற்றி வெட்கம் மின்ன கால் சலங்கைகள் குலுங்க அந்த மதுக்கூடத்திற்குள்ளே அடியெடுத்து வைத்தாள், பஹ்ரூபி.

மதுக்கூடத்தில் இருந்த அத்தனைப் பேருடைய கவனமும் அவள் பக்கம் திரும்பியது. முகத்தில் வெட்கம் மிளிர இதழ்களில் ஓர் புன்னகையை படரவிட்டு கால் சலங்கைகள் 'ஜல் ஜல்' என்று ஒலியெழுப்பப் கூடத்தின் நடுவே

அமைக்கப்பட்டிருந்த மேடையை நோக்கி நடந்து சென்றாள், பஹ்ரூபி. அங்கேயிருந்த அத்தனை ஆண்களும் பிரமை பிடித்தாற் போல் அவளையே பார்த்துக் கொண்டிருந்தனர். அவள் நடந்து சென்று மேடையின் மீது ஏறியதும் மந்தன் கீழே இறங்கிக் கொண்டான்.

அவள் தன் மேலே போர்த்தியிருந்த துணியை தூக்கி வெளியே எறிந்துவிட்டு அங்கேயிருந்த அத்தனை ஆண்களுக்கும் முன்னால் தன் மெல்லிய இடையை அசைத்து ஆடத் துவங்கினாள். பின்னால் சிலர் அவள் நடனத்திற்கு ஏற்றவாறு இசையமைக்க துவங்கினர். வெண்ணைப் போன்ற நிறம் கொண்ட அவள் சிற்றிடை அசைவதைக் கண்ட ஆண்கள் மெய்மறந்துப் போயினர்.

நொடிகள் நிமிடங்களியின! நிமிடங்கள் நாழிகைகளாயின! நேரம் போவதே தெரியாமல் எல்லோரும் இன்பக்களிப்பில் மூழ்கியிருந்தனர். அவளுடைய நடனத்தால் அந்த மதுக்கூடத்தை சொர்க்கலோகமாகவே மாற்றிவிட்டிருந்தாள், பஹ்ரூபி. அவ்வாறு அவள் நடனமாடிக் கொண்டிருக்கையில் திடீரென சிரிக்கத் துவங்கினாள். அவளுடைய சிரிப்பு ஏதோ தேவகானம் போலவே ஒலித்தது. நேரம் ஆக ஆக அவளுடைய சிரிப்பு கோரமாக மாற துவங்கியது.

அப்பொழுது தான் அங்கே இருந்தவர்களுக்கு சுயநினைவே வந்தது. அவளுடைய அழகிய உருவம் கொஞ்சம் கொஞ்சமாய் மாற துவங்கியது. அவளுடைய உடல் உறுப்புகள் பெருக்க துவங்கியது; வெட்கம் மின்னிய கண்கள் கோபத்தைக் கக்க துவங்கின; அவள் தலைக்கு மேலே இரண்டு கொம்புகள் முளைத்துக் கொண்டது. கருமையான அவள் இதழ்களை தள்ளிக்கொண்டு இரு கூரியப் பற்கள் எட்டிப்பார்த்தது.

அப்பொழுது அவள் உயரத்தில் பத்தடி இருந்தாள். பஹ்ரூபியின் உண்மையான ரூபத்தைக் கண்டதும் அங்கேயிருந்த அனைவருக்கும் போதை தெளிந்து பயம்

தொற்றிக் கொண்டது. அவர்களனைவரும் ஏதோ பெரிய ஆபத்தில் மாட்டிக் கொண்டுவிட்டதை புரிந்துக் கொண்டனர். என்ன செய்வதென்று தெரியாமல் அனைவரும் ஒருவரை ஒருவர் மாறி மாறிப் பார்த்துக் கொண்டனர்.

அவர்களனைவரும் அவ்வாறு பதறிப் போய் நிற்பதை கண்டதும் பஹ்ரூபி ஆனந்தத்தில் பேய்ச்சிரிப்பு சிரிக்கத் துவங்கினாள். மிரண்டுப் போன ஆண்மகன்கள் அனைவரும் கூடாரத்தை விட்டு வெளியே ஓட முயற்சித்தனர். ஆனால் அதற்குள்ளாக அவள் அந்தக் கூடாரத்தை சுற்றியும் ஒரு மாய வளையத்தை உருவாக்கிவிட்டிருந்தாள். யாராலும் அவ்விடத்திலிருந்து வெளியே தப்ப முடியவில்லை.

எல்லோரும், ''காப்பாற்றுங்கள்! காப்பாற்றுங்கள்!'' எனக் கூச்சலிடத் துவங்கினர். அவர்களுடைய கூக்குரல் கூட அவள் உருவாக்கிய மாய வளையத்தை தாண்டி ஒலிக்கவில்லை.

அப்பொழுது கண்களை மூடி ஏதோ மந்திரத்தை உச்சரித்த பஹ்ரூபி, தன் கரத்தில் கோடாரி போன்ற ஒரு பெரிய ஆயுதத்தைத் தோன்ற செய்தாள். பின் அதைக் கொண்டு அங்கேயிருந்தவர்களை எல்லாம் வெட்டிவீசினாள். மரணப் பயத்தில் அனைவரும் அந்த மதுக்கூடத்தின் நாலாமூலையிலும் கூச்சலிட்டபடியே ஓடத் துவங்கினர்.

மறுபக்கம் மந்தன் இடையிலிருந்த வாளை உருவி அவன் வழியில் எதிர்ப்படுவோரின் சிரங்களை எல்லாம் துண்டித்து வீசினான். இதையெல்லாம் ஓர் ஓரமாய் நின்று கவனித்துக் கொண்டிருந்த சங்குப் பதற்றத்தில் கீழே மயங்கி விழுந்தான். அவன் மீண்டும் கண்விழித்துப் பார்த்தபோது அங்கே நூற்றுக்கணக்கான முண்டங்கள் தலை துண்டிக்கப்பட்டுக் கிடந்தன. எல்லா இடங்களிலும் இரத்தவெள்ளம் பெருக்கெடுத்து ஓடியது. ஆனால் அப்பொழுது பஹ்ரூபி அங்கே இல்லை; அவனுடைய கண்களுக்கு கிருஷ்ணரின் உருவிலிருந்த மந்தன் மட்டும் தான்

தெரிந்தான். மந்தன் நொண்டியபடியே நடந்துவந்து வாளினை அவன் கழுத்தில் வைத்தான்.

"உன்னையும் கொன்றுவிடலாமா, சங்கு?"

சங்கு பதறிப் போனான்.

"வேண்டாம் பிரபு! வேண்டாம் பிரபு! என்னை...என்னை விட்டுவிடுங்கள் பிரபு! எனக்கு ஒரு வருடத்திற்கு முன்னால் தான் திருமணமாகியது. நீங்கள் என்னை கொன்றுவிட்டால் என் மனைவி விதவையாகிவிடுவாள் பிரபு!" என்று மந்தனை நோக்கி சங்கு கைக்கூப்பிக் கெஞ்சினான்.

"சரி சங்கு! உன்னை விட்டுவிடுகிறேன். ஆனால் வெளியே சென்று இங்கு நிகழ்ந்ததையெல்லாம்..."

"சொல்ல மாட்டேன் பிரபு! சொல்ல மாட்டேன்!"

"இல்லை! இல்லை! நீ வெளியே சென்று எல்லோரிடமும் சொல்ல வேண்டும்" என்று மந்தன் கூறியதும் சங்கு குழப்பமுற்றான்.

"பிரபு..."

"வெளியில் சென்று அனைவரிடமும் இங்கு நடந்தவற்றை எல்லாம் ஒன்றுவிடாமல் சொல்ல வேண்டும். புரிகிறதா?"

"புரிகிறது பிரபு!"

"என்னவென்று சொல்வாய்?"

"அது வந்து...", சங்கு தடுமாறினான்.

"அதாவது துவாரகாவின் மன்னனாகிய ஸ்ரீ கிருஷ்ணர் மது அருந்திவிட்டு போதைவெறியில் இங்கேயிருந்த

அனைவரையும் கொன்றுவிட்டார். அதை நான் என் கண்களால் பார்த்தேன். சரியா சங்கு?”

“சரி பிரபு!”

“எழுந்திரு!”

சங்கு தயங்கியபடியே எழுந்தான்.

“திரும்பி பார்க்காமல் ஓடவேண்டும்! ஓடு!” என்று மந்தன் கூறியதும் சங்கு அங்கிருந்து தலைதெறிக்க ஓடினான்.

அப்பொழுது பஃரூபி உருவாக்கிய மாய வளையம் மறைந்துப் போயிருந்தது. வெளியே காவலுக்கிருந்த நான்கு வீரர்களை திரிமுகன் அந்தரத்தில் தூக்கி தலைகீழாக நிறுத்தியிருந்தான். மூன்று முகம் கொண்ட திரிமுனைக் கண்டு மேலும் மிரண்டுப் போன சங்கு, பைத்தியம் பிடித்தவன் போல் ஏதேதோ கத்திக் கொண்டே வீட்டிற்கு ஓடினான்.

எல்லோரும் தூங்கிக் கொண்டிருந்த அந்த இரவு வேளையில் அவ்வாறு ஒருவன் கத்திக் கொண்டு ஓடுவதைக் கவனித்த சில வீரர்கள் மதுக்கூடத்தை நோக்கி விரைந்தனர். ஆனால் அவர்கள் செல்வதற்கு முன்பாகவே அங்கு எல்லா வேலையும் முடிந்தாகிவிட்டது.

காப்பாற்றுங்கள் பிரபு!

நீண்ட நாட்களுக்கு முன் மாயாவிகளை தேடி துவாரகாவில் இருந்து சில வீரர்களை அழைத்துக் கொண்டு அங்கிருந்து கிளம்பிய சாத்யகியால் அன்றுவரையில் அவர்களை கண்டுபிடிக்க முடியவில்லை. அவர்கள் இருக்கும் இடம் குறித்து எந்தவிதமான தடயமும் கிடைக்காததால் தங்க சரியான இடமின்றி உண்ண சரியான உணவின்றி காடுகளிலும் பாலைவனங்களிலும் அழைந்து திரிந்த வீரர்கள் அனைவரும் சோர்ந்துப் போயிருந்தனர். ஆனால் சாத்யகி மட்டும் அவர்களை எப்படியாவது கண்டுபிடித்தாக வேண்டும் என்ற துடிப்போடு இருந்தான்.

துவாரகாவின் மதுபானக்கூடத்தில் தாக்குதல் நிகழ்ந்த அன்றிரவு கழிந்து அதிகாலைப் பொழுது விடிந்திருந்த வேளையில் ஒரு அடர்ந்த காட்டினிடையே பாழுடைந்த பாசறை ஒன்றை வீரர்களின் உதவியோடு சாத்யகி கண்டடைந்தான். உள்ளே பல பிரேதங்கள் உடல் வேறு தலை வேறாக கிடந்தன. அந்த இடம் முழுவதும் இரத்தவாடை வீசியது. ஆங்காங்கே சில சர்ப்பங்கள் அவர்களை கண்டுப் படமெடுத்து ஆடின. மாந்திரீக வேலைகள் நிகழ்த்தப்பட்டதற்கான தடயங்கள் அந்த இடம் முழுவதும் நிரம்பியிருந்தன.

"பிரபு! நம் நாட்டு வீரர்கள்!", முதல் நாள் சம்பவம் நிகழ்ந்த அன்று காணாமல் போயிருந்த வீரர்கள் அங்கே தான் சடலமாய் கிடந்தனர். அழுகிப் போயிருந்த அவர்களின் சடலத்தை ஓர் வீரன் சாத்யகியிடம் சுட்டிக்காட்டினான். எந்தவித உணர்வையும் வெளிக்காட்டாமல் அவர்களுடைய

சடலத்தைக் கண்ணுற்ற சாத்யகி, அங்கே அவர்களை தவிர வேறு யாரோ இருப்பதை உணர்ந்து கொண்டான். உடனே வீரர்கள் அனைவரையும் எச்சரிக்கையாக இருக்கும்படி சமிக்ஞை செய்தான்.

அப்பொழுது உள்ளே இருந்து, "துவாரகாவில் இருக்க வேண்டியவர்களுக்கு இங்கே என்ன வேலை?" என்று கூறிய மந்தன் நொண்டியபடியே சாத்யகியை நோக்கி நடந்து வந்தான்.

"யார் நீ?" என்று மந்தனை நோக்கி கம்பீரமாய் கேள்வியெழுப்பினான், சாத்யகி.

"நான் யாரா?" என்ற மந்தன் மறுகணமே கிருஷ்ணராக உருமாறி நின்றான்.

"இப்பொழுது தெரிகிறதா, நான் யாரென்று?"

கிருஷ்ணரின் உருவில் மந்தனை கண்டதும் வீரர்கள் அனைவரும் மிரண்டுப் போய் நின்றனர். வீரர்கள் மட்டுமல்லாமல் அவனுடைய மாய வித்தையை கண்டு சாத்யகியும் கொஞ்சம் மிரண்டு தான் போய்விட்டான். அனைவரும் அவ்வாறு மிரண்டுப் போய் நிற்பதை கவனித்த மந்தன் புன்னகைத்தான்.

"விருந்தாளிகளை உபசரிக்காமல் வெளியே போகவிடும் பழக்கமே எனக்கு கிடையாது" என்ற மந்தன் தன் கைகளை தட்டிப் பலமாக ஓசையெழுப்பினான்.

அவ்வாறு மந்தன் ஓசையெழுப்பியதும் அவனுக்குப் பின்னால் இருந்து நூற்றுக்கணக்கான பிசாசுகள் சாத்யகியையும் வீரர்களையும் நோக்கிக் கூச்சலிட்டபடியே ஓடிவந்தன. பல யுத்தங்களை துணிச்சலோடு எதிர்கொண்ட போர்வீரர்கள் இரத்தவெறிப் பிடித்த அந்தப் பிசாசுகளை கண்டதும் மிரண்டுப் போய் பின்வாங்க துவங்கினர். சாத்யகி மட்டும் மனம் தளராமல் தன் உறையிலிருந்த வாளை உருவி அந்தப் பிசாசுகளை தைரியமாக எதிர்கொண்டான்.

நீண்ட நேரம் போராடிய சாத்யகி, அவனை எதிர்த்து நின்ற பிசாசுகளை எல்லாம் வெட்டியெறிந்தான். அதற்குள்ளாக அவனோடு வந்திருந்த வீரர்களனைவரையும் மற்ற பிசாசுகள் சூறையாடிவிட்டன. அவனை நம்பி வந்த வீரர்கள் பிசாசுகளால் கொல்லப்பட்டுப் பிணமாய் கிடப்பதைக் கண்டதும் சாத்யகி மனமுடைந்துப் போனான்.

அப்பொழுது சாத்யகியால் கொல்லப்பட்ட பிசாசுகள் யாவும் மீண்டும் உயிர்ப்பெற்றன. அவ்வாறு அந்தப் பிசாசுகள் யாவும் மடியாமல் மீண்டும் உயிர்ப்பெற்று வருவதைக் கண்டு சாத்யகிக்குப் பயம் தொற்றிக்கொண்டது. கிருஷ்ணரின் உருவிலிருந்த மந்தன் அமைதியாக நின்று எல்லாவற்றையும் வேடிக்கைப் பார்த்துக் கொண்டிருந்தான்.

"முன்னெச்சரிக்கையில்லாமல் இங்கே வந்திருக்கக் கூடாது" என்று சாத்யகி மனதிற்குள்ளேயே ஒருமுறை சொல்லிக்கொண்டான்.

வேறுவழியில்லாமல் அந்தப் பிசாசுகளோடு சண்டையிட்டப்படியே அங்கிருந்து தப்பியோட சாத்யகி முயற்சித்தான். அப்பொழுது எங்கிருந்தோ கத்திக்கொண்டே பறந்து வந்த திரிமுகன், சாத்யகியின் காலைப் பிடித்து கீழே தள்ளி தர தரவென அவனை உள்ளே இழுத்துச் சென்றான்.

"பிரபு!" என்று அந்தக் கட்டிடமே இடிந்து விழும்படியாக சாத்யகி அலறினான். அவனுடைய அலறல் சப்தம் துவாரகாவேயே எட்டியிருந்தாலும் அதில் வியப்பதற்கு எதுவுமில்லை.

மரண செய்தி

"உண்மையாகவே நேற்றிரவு நீ மதுக்கூடத்தில் தான் இருந்தாயா?" என்று சங்கை மிரட்டும் தொனியில் கிருதவர்மர் கேள்வியெழுப்பினார்.

"இருந்தேன்...இருந்தேன்...பிரபு!" என்று சங்கு பதறியபடியே பதிலளித்தான்.

"அப்படியென்றால் அங்கே என்ன நடந்ததென்று சொல்!"

"அதாவது....", சங்கு தயங்கினான்.

"இப்பொழுது சொல்லப் போகிறாயா, இல்லையா?", கிருதவர்மரின் கண்கள் கோபத்தில் சிவந்தது.

"சொல்கிறேன் பிரபு! சொல்கிறேன்! நேற்றிரவு மதுக்கூடத்தில் ஸ்ரீ கிருஷ்ணர் மது போதையில் அங்கிருந்த எல்லோரையும் கொன்றுவிட்டார்."

"என்ன உளறுகிறாய்?" என்று கூறிய கிருதவர்மர், கோபமாக தன் உறையில் இருந்த வாளை உருவிக்கொண்டு எழுந்தார்.

அப்பொழுது, "கிருதவர்மரே!" பலராமர் கிருதவர்மரை தடுத்தார்.

"அவன் உண்மையை தான் சொல்கிறான். பொறுமையாக இருங்கள்!"

இரவு மதுக்கூடத்தில் நிகழ்ந்த சம்பவத்தின் விளைவாய் துவாரகா முழுவதும் பரபரப்பாய் இருந்தது. மறுநாள் காலை வேளையில் காவல் வீரர்கள் அளித்த தகவல்களின் அடிப்படையில் பலராமரும் கிருதவர்மரும் சங்கை விசாரணைக் கூடத்திற்கு அழைத்து வந்து அவனிடம் கேள்வியெழுப்பிக் கொண்டிருந்தனர்.

"சங்கு! நீ சொல்வதையெல்லாம் நான் முழுமையாக நம்புகின்றேன். நேற்றிரவு மதுக்கூடத்தில் நிகழ்ந்த சம்பவங்கள் அனைத்தையும் ஒன்றுவிடாமல் நீ இப்பொழுது கூற வேண்டும். புரிகின்றதா?" என்று நிதானமாக கூறினார் பலராமர்.

"புரிகின்றது பிரபு!"

"தயங்காமல் சொல்!"

"பிரபு! நேற்றிரவு நான் வழக்கம் போல் மதுக்கூடத்திற்கு சென்றிருந்தேன். எதிர்ப்பாராத விதமாக கிருஷ்ணரும் அங்கே வந்திருந்தார். அவர் என்னருகில் தான் வந்தமர்ந்தார். மது அருந்திவிட்டு சிறிது நேரம் என்னோடு உரையாடிக் கொண்டிருந்தார். பின் வெளியே இருந்து ஒரு பெண்ணை அங்கே நடனமாட அழைத்தார்."

"பெண்ணா?" என்று பலராமர் குறுக்கிட்டார்.

"ஆம் பிரபு!"

"யாரவள்?"

"தெரியவில்லை பிரபு! இதற்கு முன்னால் நான் அவளைப் பார்த்ததேயில்லை."

"அவள் பெயர்?"

"பெயர்...பெயர்...", சங்கு சிறிது நேரம் சிந்தித்தான்.

"பிரபு! அவள் பெயர் பஃறுபி. அவ்வாறு தான் கிருஷ்ணர் அவளை அழைத்தார்" என்றான் சங்கு.

"பஹ்ரூபி!", பலராமரின் புருவங்கள் உயர்ந்தது.

"அவள் பார்ப்பதற்கு ஒரு தேவலோகப் பெண்ணைப் போலவே இருந்தாள் பிரபு! அவள் நடனத்தைக் கண்டு நாங்களனைவரும் மயங்கிப் போய் கிடந்தோம். திடீரென்று அவள் ஒரு ராட்சசியாக மாறிவிட்டாள். கையில் ஒரு கோடாரியை ஏந்திக் கொண்டு எங்களனைவரையும் கொல்ல துவங்கிவிட்டாள். நான் பயத்தில் மயங்கி விழுந்துவிட்டேன். மீண்டும் எழுந்த போது எல்லோரும் மடிந்து கிடந்தனர். அப்பொழுது பஹ்ரூபியை காணவில்லை; கிருஷ்ணர் மட்டும் தான் இருந்தார். பிரபு ஸ்ரீ கிருஷ்ணர் தான் என் கழுத்தில் வாளை வைத்து இங்கே நடந்ததையெல்லாம் வெளியில் சென்று எல்லோரிடமும் சொல்ல வேண்டும்; இல்லையென்றால் உன்னைக் கொன்றுவிடுவேன் என்று மிரட்டினார்" என சங்கு கூறியதைக் கேட்டதும் அந்த மாயாவிகளின் திட்டத்தைப் பலராமர் தெளிவாகப் புரிந்து கொண்டார்.

"அங்கிருந்து வேகமாக வீட்டிற்கு ஓடினேன். அப்பொழுது அந்த மதுக்கூடத்திற்கு வெளியே நம் நாட்டு வீரர்கள் சிலரை மூன்று தலை கொண்ட ஒரு பெரிய உருவம் அந்தரத்தில் தூக்கி நிறுத்தியிருந்தது. அதைக் கண்டதும் நான் மிரண்டுப் போய்விட்டேன் பிரபு!" என்று பேசிக் கொண்டிருந்த சங்கு திடீரென அழுக துவங்கிவிட்டான்.

"இந்த விஷயத்தை வேறு யாரிடமாவது கூறினாயா?" என்று அதுவரையில் அமைதியாக இருந்த கிருதவர்மர் அழுதுக் கொண்டிருந்தவனை நோக்கி கேள்வியெழுப்பினார்.

கிருதவர்மர் அவ்வாறு கேட்டதும் சங்கு அதிர்ந்துப் போனான். சிறிது நேரம் அமைதியாக சிந்தித்தவன் கண்களை துடைத்துக் கொண்டு இல்லையென்று தலை அசைத்தான்.

"உண்மையை சொல்!" என்று கூறிய கிருதவர்மர் அவனை முறைத்துப் பார்த்தார்.

"இல்லை பிரபு!", சங்கு சமாளித்தான்.

அப்பொழுது கிருஷ்ணர், "அண்ணா! ஒரு துர்செய்தி" என்று கூறிக்கொண்டே வேகவேகமாக அந்த விசாரணைக் கூடத்திற்குள் நுழைந்தார்.

கிருஷ்ணரை அங்கே கண்டதும் சங்கு வேகமாக அவரருகில் ஓடிச் சென்று, "பிரபு! பிரபு! தாங்களே இவர்களுக்கு எடுத்துரையுங்கள் பிரபு! நேற்று தாங்கள் தானே எல்லோரையும் கொன்றுவிட்டு அதை வெளியில் சென்று கூறுமாறு எனக்கு ஆணையிட்டீர்கள்" என்றான்.

அவன் அவ்வாறு சொல்வதைக் கேட்டு குழப்படைந்த கிருஷ்ணர், "என்ன சொல்கிறான் இவன்?" என்று பலராமரையும் கிருதவர்மரையும் பார்த்துக் கேள்வியெழுப்பினார்.

"அந்த மாயாவியின் வேலை" என்று பலராமர் பதிலுரைத்தார்.

"சரி...சரி அண்ணா! தற்போது இதற்கெல்லாம் நேரமில்லை. நாம் இருவரும் உடனடியாக ஹஸ்தினாபுரத்திற்குப் புறப்பட வேண்டும்."

"என்னாயிற்று கிருஷ்ணா?"

பலராமர் அவ்வாறு கேட்டதும் கிருஷ்ணர் பெருமூச்செறிந்தார்.

"பஞ்சபாண்டவர்கள் இறந்துவிட்டனர் அண்ணா!" என்று கிருஷ்ணர் கூறியதைக் கேட்டதும் பலராமர் உறைந்துப் போய்விட்டார். பலராமர் மட்டுமல்லாமல் கிருதவர்மரும் அதிர்ச்சியடைந்தார்.

"என்ன சொல்கிறாய் கிருஷ்ணா?"

"ஆம் அண்ணா! அக்ரூரரின் தலைமை ஒற்றன் தான் செய்தி கொண்டு வந்துள்ளான்."

"எப்படி?"

"வாரணவதத்தில் அவர்கள் தங்கியிருந்த மாளிகை தீப்பிடித்துவிட்டதாம்."

"குந்திதேவி?" என்று பலராமர் கேட்டார்.

"அவர்களும் தான்!" என்று கிருஷ்ணர் வருத்தத்தோடு தெரிவித்தார்.

"தந்தைக்கு இந்த செய்தி தெரியுமா, கிருஷ்ணா?"

"தெரியும் அண்ணா! கேட்டதும் உடைந்துப் போய்விட்டார்" என்று கிருஷ்ணர் கூறினார்.

மூவரின் முகத்திலும் சோகம் படர்ந்தது. அமைதியாக ஒருவரை ஒருவர் மாறி மாறிப் பார்த்துக் கொண்டனர்.

"கிருதவர்மரே!"

"பிரபு!"

"நான் உத்தவரிடம் இந்த விஷயத்தை தெரிவித்துவிட்டேன். நானும் அண்ணனும் திரும்பிவரும் வரையில் மற்றப் பொறுப்புகளை எல்லாம் அக்ரூரரும் உத்தவரும் பார்த்துக்கொள்ளட்டும். வேறு எதைப் பற்றியும் சிந்திக்காமல் மதுக்கூடத்தில் நிகழ்ந்த சம்பவத்தை மட்டும் தாங்கள் தொடர்ந்து விசாரியுங்கள்."

"உத்தரவு பிரபு!"

"நேற்று நிகழ்ந்த கொலைகளுக்கெல்லாம் அந்த மாயாவிகள் தான் காரணம் என்று மக்களுக்கு தெரிய வேண்டாம்."

"வேறு என்ன காரணம் சொல்வது, பிரபு?"

"மது போதையில் எல்லோரும் ஒருவரை ஒருவர் அடித்துக் கொண்டு இறந்ததாகவும் அதைத் தடுக்க சென்ற நான்கு காவல் வீரர்களும் அந்த மோதலுக்கிடையில் அடித்துக்

கொல்லப்பட்டதாகவும் ஒற்றர்களின் வாயிலாக மக்களிடம் பரப்பிவிடுங்கள்" என்றார் கிருஷ்ணர்.

"பொய்! பொய்! நடந்ததை அப்படியே மாற்றி சொல்கிறீர்களே! என்ன அபத்தம் இது?" என்று சங்கு பைத்தியம் பிடித்தவன் போல் கத்தினான்.

அவ்வாறு கத்திக் கொண்டிருந்தவனை கிருதவர்மர் கன்னத்தில் ஓங்கி அறைந்தார். அறை வாங்கியதும் சங்கு அமைதியடைந்துவிட்டான்.

"நாம் வரும் வரையில் இவனை என்ன செய்வது?" என்று பலராமர் கிருஷ்ணரைப் பார்த்துக் கேட்டார்.

"கிருதவர்மரே! சிறிது நாட்களுக்கு இவனை வெளியே விடவேண்டாம். தங்களுடைய மாளிகையிலேயே பாதுகாப்பாக வைத்துக் கொள்ளுங்கள்" என்று கிருஷ்ணர் கூறினார்.

"உத்தரவு பிரபு!"

அடுத்த அரைநாழிகைக்குள்ளாக கிருஷ்ணரும் பலராமரும் ரதத்தில் ஏறி ஹஸ்தினாபுரம் நோக்கிப் புறப்பட்டனர். துவாரகாவின் பிரதான வாயில் திறந்துவிடப்பட்டது. அதுபோன்ற ஒரு நெருக்கடியான சூழ்நிலையில் கிருஷ்ணர் அங்கே இல்லாமல் வெளியே செல்வதை ஏக்கத்தோடுப் பார்த்துக்கொண்டிருந்தது, துவாரகாவின் நுழைவாயில்.

ஹஸ்தினாபுரம்

மூன்று நாள் பயணத்திற்குப் பிறகு கிருஷ்ணரும் பலராமரும் ஹஸ்தினாபுரம் சென்றடைந்தனர். அப்பொழுது இலையுதிர் காலம் துவங்கிவிட்டிருந்தது. வழியிலிருந்த மரங்கள் யாவும் இலைகள் உதிர்ந்து வாடிப் போய் கிடந்தன.

ஹஸ்தினாபுரம் மிகவும் அழகான நகரம். நகரம் முழுவதும் நீளமான சாலைகளும் பெரிய பெரிய தோட்டங்களும் வானுயர் மாளிகைகளும் நிரம்பியிருந்தன. எல்லா வளங்களும் குவிந்துக் கிடந்ததால் ஹஸ்தினாபுரத்தின் மக்கள் எந்தவிதமான குறையும் இல்லாமல் செல்வ செழிப்போடு வாழ்ந்து வந்தனர். அவ்வாறு எந்தக் கவலையும் இல்லாமல் வாழ்ந்து வந்த மக்களின் முகத்தில் அன்று ஏனோ கவலை மட்டுமே குடிகொண்டிருந்தது.

ஹஸ்தினாபுரவாசிகள் பெரும்பாலும் கௌரவர்களை காட்டினும் பாண்டவர்களையே விரும்பினர். அவ்வாறு இருக்கையில் பாண்டவர்களின் மரணச் செய்தி அவர்களுடைய வாழ்க்கையில் பெரும் இடியாகவே வந்து விழுந்தது. நகரமே சோகத்தில் மூழ்கிக் கிடந்தது. அரசவையில் துக்கம் அனுஷ்டிக்கப்பட்டிருந்தது. நகரின் முக்கிய பிரமுகர்கள் அனைவரும் அரசவையில் கூடியிருந்தனர். ஆனால் பீஷ்மர் மட்டும் அரசவைக்கு செல்லாமல் அவருடைய மாளிகையிலேயே தங்கியிருப்பதாக கேள்விப்பட்ட கிருஷ்ணர், தாருகனிடம் பீஷ்மரின் மாளிகைக்கு முதலில் ரதத்தை செலுத்துமாறு ஆணையிட்டார்.

அங்கே அவருடைய மாளிகையில் ஒருசில காவலர்களை தவிர வேறு யாரையும் காணவில்லை. கிருஷ்ணரும் பலராமரும் ரதத்திலிருந்து இறங்கி உள்ளே

செ்ன்றனர். பீஷ்மர் தன்னுடைய அறையிலிருந்த பஞ்சணையில் சோகமாக வீற்றிருந்தார். யுத்தங்களால் தோன்றிய விழுப்புண்களும் முதுமையால் விளைந்த சுருக்கங்களும் நிறைந்த அவரது முகம் வாடிப் போய் கிடந்தது.

பலராமரையும் கிருஷ்ணரையும் கண்ட பீஷ்மர் வாருங்கள் என்று சமிக்ஞை செய்தார். கிருஷ்ணரும் பலராமரும் உள்ளே சென்று அவருக்கு எதிரிலிருந்த ஆசனத்தில் அமர்ந்தனர்.

"விஷயத்தைக் கேள்விப்பட்டோம் பிதாமகரே! மிகவும் வேதனையாக உள்ளது" என்று பலராமர் தன் துக்கத்தை தெரிவித்தார்.

"எனக்கு என்ன சொல்வதென்றே தெரியவில்லை பலராமா! எந்தவித சுகத்தையும் அனுபவிக்காமல் வாழ்நாள் முழுவதும் துன்பத்தை மட்டுமே அனுபவித்தவர்களுக்கு இப்படி ஒரு முடிவா ஏற்பட வேண்டும்! நாடாள பிறந்தவர்கள் தங்களுடைய வாழ்க்கை முழுவதையும் நாடோடிகளாக தானே கழித்தனர்! என்னுடைய பேரர்களுக்கு என்னால் என்ன செய்ய முடிந்தது? வாழ்நாள் முழுவதும் அவர்கள் படும் துயரை எல்லாம் வேடிக்கைப் பார்ப்பவனாக தானே நானும் இருந்திருக்கிறேன். எல்லாம் வல்ல அந்த இறைவன் ஏன் தான் நல்லவர்களை இவ்வளவு கொடுமைப்படுத்துகிறானோ?" என்று பீஷ்மர் கூறினார்.

பீஷ்மர் மிகவும் உடைந்துப் போய் இருந்தார். அவ்வாறு அவர் கலங்கிப் போய் நிற்பதை யாருமே கண்டதில்லை.

"தர்மத்தின் பாதையானது முட்களால் நிறைந்ததென்பது தாங்கள் அறியாததா பிதாமகரே?"

"அறிவேன் கிருஷ்ணா! அதற்கென்று இப்படியுமா? எனக்கு எல்லாமே அர்த்தமற்றதாக தோன்றுகிறது. எனது பெயர், புகழ், பதவி எல்லாமுமே! யாருக்காக இவற்றையெல்லாம் சேகரிக்கிறோமோ அவர்களே இல்லாமல்

போகும் போது இவற்றை வைத்துக் கொண்டு என்ன பயன்? எனக்குள்ளே ஒரு வெறுமையை நான் உணர்கிறேன். ஏனோ இரண்டு நாட்களாக இந்த லௌகீக உடைமைகளை எல்லாம் துறந்துவிட்டு இறைவனை தேடி ஆன்மீக பாதையில் சென்றுவிடலாமா என்று கூட எனக்கு தோன்றுகிறது.”

"இதுபோன்ற சிந்தனைகளை எல்லாம் விட்டுவிடுங்கள் பிதாமகரே! கடமைகளை முடிக்காமல் யாரும் கடவுளை அடைய முடியாது. தாங்கள் ஆற்ற வேண்டிய கடமைகள் இன்னும் நிறைய இருக்கின்றன. பாண்டவர்களுக்காக இல்லையெனினும் கௌரவர்களுக்கு தங்களுடைய வழிகாட்டுதல் அவசியம் தேவை. தங்களுக்கு இப்பொழுது தேவைப்படுவதெல்லாம் ஆழ்ந்த உறக்கம் மட்டுமே. இதுபோன்ற சிந்தனைகளை எல்லாம் ஓரத்தில் வைத்துவிட்டு சிறிதுநேரம் நன்றாக உறங்குங்கள்!” என்று கிருஷ்ணர் ஆறுதல் கூறினார்.

"ஆம் பிதாமகரே! தங்களுக்கு இப்பொழுது ஓய்வு தேவை” என்று பலராமரும் கூறினார்.

பீஷ்மர் எதுவும் பேசாமல் சரி என்பது போல் தலையயசைத்தார்.

"நாங்கள் இருவரும் அரசவைக்கு சென்று அனைவரையும் சந்தித்துவிட்டு வருகிறோம். தாங்கள் சிறிது நேரம் ஓய்வெடுங்கள்” என்று கூறிவிட்டு கிருஷ்ணரும் பலராமரும் அவ்விடத்தினின்று அரசவைக்குப் புறப்பட்டுச் சென்றனர்.

இருவரும் அரசவை செல்வதற்கு முன்பாகவே அவர்கள் வரும் செய்தி அரசவையில் எல்லோருக்கும் தெரிவிக்கப்பட்டது. யாதவ வேந்தர்களின் வரவை எதிர்நோக்கி அரசவையில் அனைவரும் காத்திருந்தனர்.

ஹஸ்தினாபுரத்தின் அரசவை முழுவதும் இரத்தினக்கற்களாலேயே வடிவமைக்கப்பட்டிருந்தது;

அக்கற்களின் மீது சூரிய ஒளிப்பட்டு அரசவையே மின்னிக் கொண்டிருந்தது. ஆனால் அதை ரசித்துப் பார்க்கும் மனநிலையில் கிருஷ்ணரோ பலராமரோ இல்லை; இருவரும் நகரின் நடுவே அமைந்திருந்த பிரமாண்ட அரசவையினுள்ளே அடியெடுத்து வைத்ததும் எல்லோரும் எழுந்து நின்று மரியாதை செலுத்தினர். அங்கே திருதராஷ்டிரர், காந்தாரி, விதுரர், சகுனி, துரியோதனன், கர்ணன் மற்றும் ஏனைய கௌரவர்கள் என அனைவரும் கூடியிருந்தனர். அவர்களனைவருக்கும் முகமன் கூறி மரியாதை செலுத்தியபடியே கிருஷ்ணரும் பலராமரும் அரியணையில் வீற்றிருந்த திருதராஷ்டிரரை நோக்கி நடந்து சென்றனர்.

"ஹஸ்தினாபுரத்தின் மன்னருக்கு எங்களுடைய பணிவான வணக்கங்கள்!"

"வாருங்கள் கிருஷ்ணா! பலராமா!"

"நிகழ்ந்த துக்ககரமான சம்பவத்தைப் பற்றிக் கேள்விப்பட்டோம். மனதிற்கு மிகுந்த வேதனையளிக்கிறது."

"உண்மையிலேயே எனக்கு இப்பொழுது தான் பார்வையில்லாமல் போனதுப் போல் ஓர் உணர்வு. என்னால் இன்னும் நம்ப முடியவில்லை. அவர்களையும் என்னுடைய புதல்வர்களைப் போல தானே பாவித்தேன். இப்படியொரு முடிவா அவர்களுக்கு நேர வேண்டும்? அவர்களுடைய உடல் கூடக் கிடைக்காமல் போய்விட்டதே!" என்று திருதராஷ்டிரர் பேசிக்கொண்டிருக்கையில் காந்தாரி கண்ணீர் சிந்தி அழத் துவங்கினாள்.

"வருந்தாதீர்கள் அரசே! தங்களுடைய மகனான துரியோதனன் மலைப் போல் தங்கள் அருகில் இருக்கையில் தாங்கள் எதற்கும் வருந்தக் கூடாது" என்று பலராமர் கூறினார்.

"பாண்டவர்களின் இழப்பு எங்களுக்குப் பெரும் இழப்பு பலராமா!"

திருதராஷ்டிரர் துக்கமாக இருப்பதைப் போல் காட்டிக் கொண்டாலும் அவருடைய துக்கத்தில் ஆழமில்லாமல் இருப்பதைக் கவனித்த கிருஷ்ணர், திருதராஷ்டிரரிடமும் காந்தாரியிடமும் தன்னுடைய துக்கத்தை மேலோட்டமாக தெரிவித்துவிட்டு விதுரருக்கு அருகில் சென்று நின்று கொண்டார். பலராமர் திருதராஷ்டிரரிடம் உரையாடிவிட்டு துரியோதனனிடம் சென்று சிறிது நேரம் உரையாடிக் கொண்டிருந்தார். கர்ணன் எந்த உணர்வையும் வெளிக்காட்டிக் கொள்ளாமல் அமைதியாக நின்றிருந்தான். யாரோடும் சேராமல் அங்கே தனியாய் நின்றுகொண்டிருந்த சகுனி, சோகமாக இருப்பதைப் போல் முகத்தை வைத்திருந்தார். அரசவையில் இருந்த அனைவரின் செயல்களையும் ஒருகணம் அமைதியாக கவனித்த கிருஷ்ணர், அங்கே உண்மையிலேயே வருத்தத்தோடு இருப்பது விதுரர் மட்டும் தான் என்பதைப் புரிந்து கொண்டார்.

"விதுரரே!"

"பிரபு!"

"அவர்கள் தங்கியிருந்த மாளிகையில் தற்செயலாக தான் தீ பிடித்ததா?" என்று கிருஷ்ணர் கேள்வியெழுப்பினார்.

"இல்லை பிரபு! வாரணவதத்தில் வைத்துப் பாண்டவர்களை கொல்ல வேண்டுமென்று பெரும் சூழ்ச்சி நிகழ்ந்திருக்கிறது" என்று யாருக்கும் கேட்காத வகையில் விதுரர் மெதுவாகப் பேசினார்.

"யாரிடமும் காட்டிக் கொள்ள வேண்டாம் பிரபு! பாண்டவர்கள் இன்னும் உயிரோடு தான் இருக்கின்றனர்" என்று விதுரர் கூறியதும் கிருஷ்ணர் இன்புற்றார்.

கிருஷ்ணரும் விதுரரும் ஏதோ ரகசியமாகப் பேசிக் கொண்டிருப்பதை சகுனி அமைதியாக கவனித்துக் கொண்டிருந்தார். தங்களை அவ்வாறு கவனித்துக் கொண்டிருந்த சகுனியை நோக்கி கிருஷ்ணர் திரும்பினார்.

கிருஷ்ணர் தன்னை நோக்கி திரும்பியதும் சகுனி தன் முகத்தை வேறு பக்கமாக திருப்பிக் கொண்டார்.

"இருங்கள் விதுரரே! வருகிறேன்" என்று கூறிய கிருஷ்ணர் சகுனியை நோக்கி நடந்தார்.

கிருஷ்ணர் தன்னிடம் வருவதைக் கண்டதும் சகுனியின் இதயம் படபடவென அடித்துக் கொண்டது.

"சகுனி அவர்களே!"

"வா கிருஷ்ணா!", சகுனி தன்னுடைய முகத்தை சோகமாக காட்டிக் கொண்டார்.

"தங்களுடைய முகம் மிகவும் வாடிப் போய் கிடக்கிறதே!" என்றார், கிருஷ்ணர்.

"ஆமாம் கிருஷ்ணா! எவ்வளவு கொடுமையான விஷயம் நடந்திருக்கிறது. நாடாள பிறந்தவர்கள் இந்த இளம்வயதிலேயே மேலோகம் ஆள சென்றுவிட்டனரே! என்ன ஒரு அநியாயம்?!"

"வருத்தமாக தான் இருக்கிறது சகுனி அவர்களே! அவர்களுடைய உடல் கூட கிடைக்கவில்லையாமே?"

"ஆமாம் கிருஷ்ணா!"

"ஆனால் நிகழ்ந்ததை எல்லாம் சிந்தித்துப் பார்க்கும் போது என் மனதிற்கு ஒரு விஷயம் புலப்படுகிறது."

"என்ன விஷயம், கிருஷ்ணா?!"

"எரிந்துப் போன அவர்களுடைய உடல் கிடைக்கவில்லையென்றால் அவர்கள் அங்கிருந்து தப்பியிருக்கக் கூடுமல்லவா?" என்று கிருஷ்ணர் கூறியதும் சகுனியின் முகத்தில் ஒருவிதமான பதற்றம் தொற்றிக் கொண்டது. சட்டென சகுனியின் முக மாறுதலைக் கவனித்த

கிருஷ்ணர் தன் இதழ்களில் ஒரு விஷமப் புன்முறுவலைப் படரவிட்டார்.

"இல்லை...இல்லை கிருஷ்ணா! அதற்கெல்லாம் வாய்ப்பே இல்லை."

"எதை வைத்து இவ்வளவு உறுதியாக சொல்கிறீர்கள், சகுனி அவர்களே!"

"அது...அது...தீவிர விசாரணைக்குப் பிறகு தான் நாங்கள் உறுதி செய்தோம்."

"அப்படியா?"

"ஆமாம் கிருஷ்ணா! தப்பியிருந்தால் இந்நேரம் அவர்கள் திரும்பியிருக்க வேண்டுமல்லவா?"

"அப்படியென்றால் அவர்கள் தப்பியிருக்க வாய்ப்பே இல்லை என்கிறீர்களா?" என்று கிருஷ்ணர் கேட்டதும் சகுனி பெருமூச்செறிந்தார்.

"நீ சொல்வதுப் போல் அவர்கள் அங்கிருந்து தப்பியிருந்தால் எனக்கும் சந்தோஷம் தான் கிருஷ்ணா! ஆனால் அவர்களுடைய விதி இப்படி தான் முடிய வேண்டுமென்று இருந்தால் யார் தான் என்ன செய்ய முடியும்!" என்று கூறிய சகுனி, கிருஷ்ணரைப் பார்த்து முறைத்தார். கிருஷ்ணரும் பதிலுக்கு முறைத்தார்.

அப்பொழுது தன்னுடைய மாளிகைக்கு வருகைப் புரியுமாறு விதுரர் கிருஷ்ணரையும் பலராமரையும் வேண்டினார். அவருடைய வேண்டுகோளை கிருஷ்ணரும் பலராமரும் மனமார ஏற்றுக்கொண்டனர்.

"வருகிறேன் சகுனி அவர்களே! மீண்டும் சந்திப்போம்!"

"சென்று வா கிருஷ்ணா!", சகுனி கிருஷ்ணரைப் பார்த்துப் புன்னகைத்தார்.

விதுரர் கிருஷ்ணரையும் பலராமரையும் தன்னுடைய மாளிகைக்கு அழைத்துச் சென்றார். பிராயண களைப்பினால் இருவரும் சிறிது நேரம் அங்கே ஓய்வெடுத்தனர். நன்றாக உறங்கியெழுந்த பின், அன்றைய நாளின் மாலை வேளையில் கிருஷ்ணரும் பலராமரும் விதுரர் மாளிகையின் சாளரம் வழியாக ஹஸ்தினாபுரத்தின் அழகை அமைதியாக ரசித்துப் பார்த்துக் கொண்டிருந்தனர்.

அப்பொழுது, "அண்ணா!" என்று பலராமரை அழைத்த கிருஷ்ணர், இருவருக்கும் இடையில் குடிகொண்டிருந்த மௌனத்தை தகர்த்தார்.

"என்ன கிருஷ்ணா?"

"பாண்டவர்களின் மரணம் இயற்கையானதல்ல அண்ணா! பல சூழ்ச்சிகள் நிகழ்ந்திருக்கின்றன" என்று கிருஷ்ணர் கூறியதும் பலராமர் குழப்பமுற்றார்.

"என்ன சொல்கிறாய் கிருஷ்ணா?"

"கௌரவர்களின் செயல்பாடுகள் எதுவும் இன்று சரியில்லை அண்ணா! குறிப்பாக சகுனியும் துரியோதனனும்..."

"இல்லை கிருஷ்ணா! துரியோதனன் அப்படிப்பட்டவனல்ல. அவன் என்னுடைய சிஷ்யன்" என்று பலராமர் கூறினார்.

"அண்ணா! தாங்கள் துரியோதனனை இன்னும் சரியாகப் புரிந்துக் கொள்ளவில்லை. அவன் இதுபோன்ற இழிச்செயல்களை செய்யக் கூடியவன் தான். அப்படியே அவன் செய்யாமல் போனாலும் அந்த சகுனி அவனை செய்ய வைப்பான்."

"சரி கிருஷ்ணா! நீ சொல்வதெல்லாம் சரி. ஆனால் இதைப் பற்றி நாம் ஆராய்வதால் என்ன பயன்? மாண்டவர்கள் மீண்டு வரப் போகிறார்களா?"

"பாண்டவர்கள் இன்னும் மடியவில்லை அண்ணா!" என்று கிருஷ்ணர் கூறியதும் பலராமருக்கு இன்ப அதிர்ச்சி ஏற்பட்டது.

"என்ன சொல்கிறாய் கிருஷ்ணா? நீ சொல்வது உண்மையா?"

"ஆம் அண்ணா! எங்கேயோ தலைமறைவாக இருக்கிறார்கள். ஆனால் எங்கே என்று தெரியவில்லை. இன்னும் கொஞ்ச காலத்திற்கு அவர்கள் வெளியே வராமல் இருப்பது தான் நல்லது."

இருவரும் தீவிரமாக உரையாடிக் கொண்டிருந்த வேளையில் ஒரு ஓலையை சுமந்தபடியே புறாவொன்று பறந்து வந்து கிருஷ்ணரின் தோள்மீது அமர்ந்தது. கிருஷ்ணர் அந்த ஓலையை பிரித்தெடுத்ததும் புறா வந்த வழியே பறந்து சென்றது.

ஸத்ராபூரில் இருந்து வந்திருந்த அவ்வோலையை சத்யபாமா அனுப்பியிருந்தாள். அந்த ஓலையை படித்ததும் கிருஷ்ணர் ஸ்தம்பித்துப் போய் நின்றார். அவருடைய முகம் கோபத்தில் சிவந்தது.

ஓலையை மடக்கி விரல் இடுக்கில் வைத்துக் கொண்டு, "அண்ணா! நாம் உடனடியாக ஸத்ராபூருக்குப் புறப்பட வேண்டும்" என்றார்.

"என்ன ஆயிற்று கிருஷ்ணா?"

கிருஷ்ணர் அந்த ஓலையை பலராமரிடம் கொடுத்துவிட்டு வேகமாக கீழே இறங்கி சென்றார். பலராமர் அந்த ஓலையை பிரித்துப் படித்தார்.

"பிரபு! ஸததன்வன் என் தந்தையை கொன்றுவிட்டு சியமந்தக மணியை அபகரித்துச் சென்றுவிட்டான். உடனடியாக ஸத்ராபூருக்குப் புறப்பட்டு வாருங்கள்!" என்று அந்த ஓலையில் குறிப்பிடப்பட்டிருந்தது.

துரோகம்

கிருஷ்ணருக்கும் சத்யபாமாவுக்கும் திருமணம் செய்து வைக்க முடிவு செய்ததிலிருந்தே ஸத்ராஜித்தைக் கொன்றுவிட வேண்டுமென்று ஸததன்வன் துடியாய் துடித்துக் கொண்டிருந்தான். கிருஷ்ணரும் பலராமரும் ஹஸ்தினாபுரத்திற்குப் புறப்பட்டுச் சென்ற மறுநாள் இரவு சில முக்கிய பிரமுகர்களின் துணையோடு ஸத்ராஜித்தின் மாளிகையினுள்ளே நுழைந்த ஸததன்வன், அவரைக் கொன்றுவிட்டு சியமந்தகத்தை திருடிச் சென்றான்.

சம்பவம் நிகழ்ந்த இரவன்று சத்யபாமா ஸத்ராபூரில் தான் இருந்தாள்; நடுஇரவில் தன் தந்தை கொல்லப்பட்ட செய்தி அறிந்ததும் அவள் பதறிப் போனாள். இரத்தவெள்ளத்தில் கிடந்த தன் தந்தையின் உடலை கட்டிப்பிடித்துக் கொண்டு கதறி அழுதாள். அந்த நெருக்கடியான சூழ்நிலையில் என்ன செய்வதென்று தெரியாமல் உடனடியாக ஸத்ராபூருக்கு வருமாறு அவள் கிருஷ்ணருக்கு ஒரு ஓலை எழுதி அனுப்பினாள்.

ஸத்ராஜித்தை கொன்றுவிட்டு தப்பியோடிய ஸததன்வன், யாருக்கும் தெரியாமல் ஸத்ராபூரின் எல்லையிலேயே சில நாட்கள் பதுங்கியிருந்தான். கிருஷ்ணரும் பலராமரும் தன்னை தேடி வந்து கொண்டிருப்பதை அறிந்ததும் அவன் ஸத்ராபூரின் எல்லையை தாண்டி தப்பி ஓடினான். துவாரகாவின் சிற்றரசுகளை எல்லாம் கடந்து சரஸ்வதி நதிக்கு அப்பால் அமைந்திருந்த வனப்பகுதியினுள்ளே தன் புரவியை செலுத்தினான், ஸததன்வன்.

நன்றாக இருட்டிவிட்டிருந்த வேளையில் அந்த அடர்ந்த காட்டினுள்ளே வேகமாகப் பயணித்துக் கொண்டிருந்த ஸதன்வனை அவனுக்கு எதிர்திசையிலிருந்து தோன்றிய கிருஷ்ணரும் பலராமரும் சுற்றி வளைத்தனர். பலராமர் தன் கதையினால் அவனை தாக்க ஸதன்வன் சில அடி தூரம் பறந்து சென்று கீழே விழுந்தான். மிரண்டுப் போன அவனுடைய குதிரை அங்கிருந்து ஓடி சென்றது. கீழே விழுந்த ஸதன்வன் கோபமாக எழுந்து தன் உறையிலிருந்த வாளை உருவிக்கொண்டு கிருஷ்ணரை நோக்கி ஓடி வந்தான். பலராமர் தன் கதையினால் அவன் வாளை தட்டி வீசினார்.

அப்பொழுது நிராயுதபாணியாக நின்று கொண்டிருந்த ஸதன்வனை கிருஷ்ணர் புரவியிலிருந்து எகிறிக் குதித்து ஓங்கி அடிக்க அவன் அடிதாங்க முடியாமல் சரிந்து விழுந்தான். மண்ணில் விழுந்தவனின் மார்பில் முட்டியை பதித்து அவன் முகத்தில் ஓயாமல் தாக்கினார், கிருஷ்ணர். ஸதன்வன் வலி தாங்க முடியாமல் அலறினான்.

"மோத வேண்டுமென்றால் என்னுடன் மோதியிருக்கலாமே ஸதன்வா! வயது முதிர்ந்த ஒருவரிடமா உன்னுடையா வீரத்தைக் காட்ட வேண்டும்?!" என்றார் கிருஷ்ணர்.

"அவன் கொடுத்த வாக்கை மீறிவிட்டான். துரோகி! துரோகி! அரசனாக இருக்கும் தகுதியே அவனுக்குக் கிடையாது. என்னைப் பொறுத்தவரையில் ஒரு துரோகியை கொல்வது வீரம் தான் கிருஷ்ணா!"

"ஒரு துளி அளவு கூட வருத்தமே இல்லையல்லவா உனக்கு?"

"வருத்தம் தான் கிருஷ்ணா! அந்தக் கிழவனோடு சேர்த்து அவனுடைய மகளையும் கொன்றிருக்க வேண்டும். என்னை உதறி தள்ளிவிட்டு வேறொருவனோடு வாழச் சென்றவளை உயிரோடு விட்டு வந்துவிட்டேனே என்னும்

வருத்தம் எனக்குள்ளே எரிமலையாய் குமுறிக் கொண்டிருக்கிறது” என்றான் ஸததன்வன்.

“உளறாதே ஸததன்வா! சியமந்தக மணி எங்கே?”

“சொல்ல முடியாதடா!” என்று ஸததன்வன் கூறியதும் கோபமடைந்த கிருஷ்ணர் இடைவிடாமல் அவன் முகத்தில் தாக்கினார். அவன் முகமெல்லாம் இரத்தம் வழிந்தோடியது.

“சொல்...சொல்”, கிருஷ்ணர் அவனை விடுவதாய் இல்லை.

“அது இருக்கும் இடம் தெரியும் போது உனக்கு துரோகத்தின் வலி என்னவென்று தெரியும்” என்று கூறிய ஸததன்வன், அந்த நிலையிலும் கிருஷ்ணரை நோக்கி ஏளனமாய் சிரித்தான்.

கிருஷ்ணரின் கோபம் உச்சத்தை தொடவே தன் முஷ்டியை மடக்கி அவன் நாசியில் ஓங்கிக் குத்தினார். அடுத்த கணமே அவன் உடல்விட்டு பிராணன் நீங்கியது. அவனுடைய உயிர் பிரிந்துவிட்டதையறிந்த கிருஷ்ணர், ஒருகணம் அமைதியாக சிந்தித்தார்.

சியமந்தக மணி அவனிடம் இல்லை; அவன் இடைக்கச்சையை கிருஷ்ணர் பரிசோதித்தார். அதனுள்ளே ஒரு ஓலை இருந்தது. கிருஷ்ணர் அதைப் பிரித்துப் படித்தார்.

“ஸததன்வா! கிருஷ்ணரும் பலராமரும் உன்னை தேடி வந்துக் கொண்டிருக்கின்றனர். உடனடியாக தப்பிவிடு! நான் காசிநகருக்கு புறப்படுகிறேன். சிறிது காலத்திற்கு சியமந்தக மணி என்னுடனே இருக்கட்டும். நீ ஜாக்கிரதையாக இரு!” என்று குறிப்பிடப்பட்டிருந்த அவ்வோலையின் இறுதியில் அக்ரூரரின் முத்திரைச் சின்னம் பொறிக்கப்பட்டிருந்தது.

கிருஷ்ணர் அந்த ஓலையை படித்து முடித்ததும் சொல்ல முடியாத உணர்வுகளால் ஆட்கொள்ளப்பட்டார். அவருடைய

இதயம் ரணமாய் துடித்தது. சிலை போல் நின்றவர் ஆழ்ந்த சிந்தனையில் மூழ்கிப் போனார்.

பின் பலராமரிடம் கூட அக்ரூரரைப் பற்றி எதுவும் பேசாமல், "அண்ணா! நாம் உடனடியாக ஸத்ராபூருக்குப் புறப்பட வேண்டும்" என்றார்.

பலராமர் எதுவும் பேசாமல் சரியென்று தலையசைத்தார்.

இருவரும் அங்கிருந்துப் புறப்பட்டு ஸத்ராபூருக்கு சென்றனர். ஸத்ராஜித்தின் உடல் சகல மரியாதைகளுடன் தகனம் செய்யப்பட்டது.

ஒரு மனிதன் மடியும் போது மடிந்துப் போவது அவனுடைய உடல் மட்டும் தான். இந்தப் புவியில் அவனை நினைத்துப் பார்க்கும் மனங்கள் இருக்கும் வரையில் அவன் மனதளவில் வாழத் தான் செய்கிறான்.

தந்தையின் மரணத்தால் சத்யபாமா வாடிப் போய் இருந்தாள். கிருஷ்ணர் அவளுக்கு ஆறுதல் சொல்லி ஸத்ராபூரிலிருந்து துவாரகாவிற்கு அழைத்துச் சென்றார். ஸத்ராஜித் இல்லாததால் அவருடைய உறவினர்கள் சிலர் ஸத்ராபூரை கைப்பற்ற முயல கிருஷ்ணரே களத்தில் இறங்கி ஸத்ராபூரை தனது நேரடி ஆளுகைக்குக் கீழ் கொண்டு வந்தார்.

துவாரகாவை அடைந்ததும் கிருஷ்ணர் உத்தவரை சந்தித்து அக்ரூரைப் பற்றியும் காணாமல் போன சியமந்தக மணியைப் பற்றியும் ரகசியமாக எடுத்துரைத்தார். ஒற்றர்களின் மூலம் இரண்டு நாட்கள் தீவிரமாக விசாரித்த உத்தவர், அக்ரூரரோடு சேர்ந்து கிருதவர்மரும் அந்த சதி வேலையில் பங்கேற்றதை உறுதி செய்தார்.

"நன்றாக விசாரித்தீரா, உத்தவரே?"

"பிரபு! தீவிர விசாரணைக்குப் பிறகு தான் விஷயத்தை தங்களிடம் தெரிவிக்கிறேன். ஸத்ராபூரின் எல்லையில் மாடு

மேய்த்துக் கொண்டிருக்கும் நம்முடைய ஒற்றன் ஒருவன் அக்ரூரரையும் கிருதவர்மரையும் ஸததன்வனோடு உரையாடிக் கொண்டிருந்த நிலையில் பார்த்திருக்கிறான். தாங்களும் பலராமரும் ஹஸ்தினாபுரத்திற்குப் புறப்பட்டுச் சென்ற மறுநாளே ஏதோ முக்கிய அலுவல் இருப்பதாக என்னிடம் கூறிவிட்டு இருவரும் இங்கிருந்துப் புறப்பட்டுவிட்டனர். அதன்பிறகு திரும்பவே இல்லை. கடைசியாக கிருதவர்மர் தென்திசை நோக்கி சென்று கொண்டிருப்பதை நம் ஒற்றன் ஒருவன் கண்டிருக்கிறான். அக்ரூரரைப் பற்றி எந்தவிதமான தகவலும் இல்லை” என்று உத்தவர் கூறியதை எல்லாம் கிருஷ்ணர் பொறுமையாய் கேட்டுக் கொண்டார்.

பின் ஒரு ஓலையை எடுத்து வேகவேகமாக எதையோ எழுதியவர் அதை உத்தவரிடம் நீட்டினார்.

“உத்தவரே!”

“பிரபு!”

“அக்ரூரரின் தலைமை ஒற்றனிடம் இந்த ஓலையை கொடுத்து அவரிடம் ஒப்படைக்கச் சொல்லுங்கள்.”

“உத்தரவு பிரபு!”

“உத்தவரே! இந்த விஷயம் வெளியில் யாருக்கும் தெரியவேண்டாம். என் அண்ணனுக்கும் தந்தைக்கும் கூட தெரிவிக்க வேண்டாம். யாரேனும் கேட்டால் அக்ரூரரும் கிருதவர்மரும் தீர்த்த யாத்திரைக்கு சென்றிருப்பதாக கூறிவிடுங்கள்.”

“அப்படியே ஆகட்டும் பிரபு!” என்று கூறிய உத்தவர், ஓலையை பெற்றுக்கொண்டு கிருஷ்ணரின் அறையிலிருந்து வெளியேறினார்.

கிருஷ்ணர் தன்னுடைய அறையிலேயே சிலமணிநேரம் மௌனமாக வீற்றிருந்தார். ஏனோ ஒருவித வெறுமை அவருடைய இதயத்தை ஆட்கொண்டது.

ஓலையை வாங்கிக் கொண்டு வெளியே சென்ற உத்தவர், அக்ரூரரின் தலைமை ஒற்றனை வரவழைத்து அந்த ஓலையை அவரிடம் சென்று சேர்க்குமாறு ஆணையிட்டார். மூன்று நாள் பயணத்திற்குப் பிறகு காசி நகரை அடைந்த ஒற்றன், ஓலையை அக்ரூரரிடம் ஒப்படைத்தான். கிருஷ்ணரிடமிருந்து ஓலை வந்திருக்கிறதென்று ஒற்றன் சொல்லக் கேட்டதும் அக்ரூரர் பதற்றமடைந்தார். ஒற்றனை அனுப்பிவிட்டு தன் வீட்டிற்குள்ளே சென்று கண்கள் கலங்க கைகள் நடுங்க அந்த ஓலையை பிரித்துப் படித்தார்.

"மதிப்பிற்குரிய அக்ரூரர் அவர்களுக்கு! தங்களின் அன்பிற்குரிய வாசுதேவ கிருஷ்ணன் எழுதிக் கொள்வது,

நிகழ்ந்த சம்பவங்களனைத்தையும் நான் அறிவேன். தாங்கள் எதற்காக இப்படியொரு காரியத்தை செய்தீர்கள் என்று தெரியவில்லை. எது எப்படியோ! நடந்தது நடந்துவிட்டது. இதைப் பற்றி நான் யாரிடமும் சொல்லப் போவதில்லை. வருத்தம் தான் என்றாலும் தங்கள் மீதோ கிருதவர்மர் மீதோ எனக்கு எந்தவிதமான கோபமும் இல்லை. இப்பொழுதும் நான் தங்களை என்னுடைய தந்தையின் ஸ்தானத்தில் வைத்து தான் இந்த ஓலையை எழுதுகிறேன்.

நியாயப்படி சியமந்தக மணி சத்யபாமாவின் வயிற்றில் பிறக்கப் போகும் குழந்தைக்கு சொந்தமானதாகும். ஆனால் அவன் பிறக்கும் வரையில் சியமந்தக மணியையும் அது உற்பத்தி செய்யும் தங்கத்தையும் தாங்களே வைத்துக் கொள்ளலாம். அவன் பிறந்தப் பிறகு தாங்களாகவே வந்து அதை அவனிடம் ஒப்படைத்துவிடுங்கள்!

தாங்களும் சரி கிருதவர்மரும் சரி எப்பொழுது வேண்டுமானாலும் துவாரகாவிற்கு வரலாம். துவாரகாவின் கதவுகள் தங்களுக்காக திறந்தே கிடக்கும்", அக்ரூரரின் கண்களில் கண்ணீர் தேங்கியது.

பொருளாசையினால் கிருஷ்ணரை ஏமாற்றிவிட்டோமே என்கிற குற்றவுணர்ச்சி அவரை வாட்டி வதைத்தது. தன் கழுத்தில் மின்னிக் கொண்டிருந்த சியமந்தக மணியை கழட்டி ஒரு ரத்தினப்பேழையில் வைத்துவிட்டு, "பகவானே ஸ்ரீமந்நாராயணா! என்னை மன்னித்துவிடு!" என்று மனதிற்குள்ளேயே இறைவனை உருகி வேண்டிக் கொண்டார்.

நெற்றிக்கண்

அந்த மாலை வேளையில் சூரியன் மெதுவாய் மறைய துவங்க வானம் எங்கிலும் கொஞ்சம் கொஞ்சமாய் இருள் படர்ந்தது. மதுராவின் எல்லையிலிருந்த ஒரு பெரிய மலையின் அடிவாரத்தில் குகையொன்று அமைந்திருந்தது. ஆகாயம் முழுவதும் இருள் சூழ்ந்திருந்த வேளையில் அந்த குகையினுள்ளே உடம்பெல்லாம் இரத்த காயங்களோடு உயிருக்குப் போராடிக் கொண்டிருந்த நிலையில் அரக்கன் ஒருவன் கிடத்தப்பட்டிருந்தான். அவனுக்கு அருகில் நின்று கொண்டிருந்த ஒரு அரக்கி அந்த அரக்கனின் நிலையை கண்டு ஓயாமல் அழுதுக் கொண்டிருந்தாள்.

"அழுகாதே, பஹ்ரூபி!" என்று கூறிய அரக்கனின் குரலில் அந்த நிலையிலும் கம்பீரம் குறையவில்லை.

"தந்தையே!" என்றாள் பஹ்ரூபி.

அப்பொழுது பஹ்ரூபி சிறு பெண்ணாக இருந்தாள்.

"அந்த கிருஷ்ணனை சிறுபாலகனென்று நான் குறைவாக மதிப்பிட்டுவிட்டேன். நம்முடைய பிரபுவான கம்சர் அஞ்சுவதைப் போல் அவன் சாதாரண மனிதப்பிறவி அல்ல. மிகவும் ஆபத்தானவன். அவனைக் கொன்று வருவேனென்று கம்சருக்கு அளித்த வாக்கை என்னால் காப்பாற்ற முடியவில்லை. ஆனால் நீ அவனை விடக்கூடாது. அந்த கிருஷ்ணனை அடியோடு அழிக்க வேண்டும். எனக்காக இதை நீ செய்வாயல்லவா, பஹ்ரூபி?!"

"செய்வேன் தந்தையே!" என்று பஹ்ரூபி அழுதுக் கொண்டே பதிலளித்தாள். அந்த அரக்கன் திடீரென பெருமூச்சு வாங்க துவங்கினான். அடுத்த ஒரு சில நொடிகளில் அவனுடைய உயிர் பிரிந்தது.

"தந்தையே!", பஹ்ரூபி பைத்தியம் பிடித்தவள் போல் கத்தினாள்.

"கிருஷ்ணா! உன்னை நான் விடமாட்டேனடா" என்று அந்த குகையே இடிந்துவிழும்படியாக அவள் சப்தம் எழுப்பினாள்.

துவாரகாவில் தன்னுடைய மாளிகையில் அமர்ந்து தியானித்துக் கொண்டிருந்த கிருஷ்ணரின் மனக்கண்ணில் இந்த காட்சிகள் எல்லாம் ஓடிக் கொண்டிருந்தன. "பஹ்ரூபி" என்கிற பெயர் அவருடைய செவிகளில் இடைவிடாமல் ஒலித்துக் கொண்டேயிருந்தது.

காட்சிகள் மாறின; கிருஷ்ணரின் அகக்கண்ணில் ஒரு பாழடைந்தப் பாசறை தோன்றியது. அங்கே அவருடைய உருவிலேயே ஒருவன் நடமாடிக் கொண்டிருப்பதை கிருஷ்ணர் கண்டார். அருகில் மூன்று தலைக் கொண்ட ஒரு பெரிய அரக்கன் குறட்டைவிட்டப்படியே உறங்கிக் கொண்டிருந்தான். நூற்றுக்கணக்கானப் பிசாசுகள் கூச்சலிட்டப்படியே அங்குமிங்கும் திரிந்துக் கொண்டிருந்தன. இருட்டுப் பிடித்த ஒரு அறையினுள்ளே கை கால்கள் கட்டப்பட்ட நிலையில் சாத்யகி தொங்கவிடப்பட்டிருந்தான்.

சாத்யகியை கண்டதும் கிருஷ்ணர் தியானத்தில் இருந்து விழித்துக் கொண்டார். ஏதோ பெரிய சிக்கலில் சாத்யகி மாட்டிக் கொண்டிருப்பதை கிருஷ்ணர் புரிந்து கொண்டார். உடனடியாக தன் தலைபாகையை அணிந்துகொண்டு புரவியில் ஏறி பலராமரின் மாளிகைக்கு விரைந்தார்.

கிருஷ்ணர் அங்கே சென்றிருந்த வேளையில் பலராமர் உணவருந்திக் கொண்டிருந்தார்.

"அண்ணா!" என்று கூறிக்கொண்டே கிருஷ்ணர் உள்ளே நுழைந்தார்.

"வா கிருஷ்ணா! உணவருந்திவிட்டாயா?" என்று பலராமர் வினவினார்.

"இல்லை அண்ணா! தங்களிடம் ஒரு முக்கியமான விஷயத்தைக் கூற வந்தேன்" என்றார் கிருஷ்ணர்.

"என்ன விஷயம் கிருஷ்ணா?" என்று பலராமர் கேட்டதும் கிருஷ்ணர் ஒருகணம் தன்னை நிலைப்படுத்திக் கொண்டார்.

"அண்ணா! சாத்யகி அந்த மாயாவிகளிடம் சிக்கவிட்டானென்று நினைக்கிறேன்" என்று கிருஷ்ணர் கூறினார்.

"என்ன சொல்கிறாய் கிருஷ்ணா!", பலராமர் பதற்றமடைந்தார்.

"ஆமாம் அண்ணா! நான் உடனடியாக சென்று அவனை இங்கே மீட்டு வர வேண்டும்."

"அவன் எங்கே இருக்கிறான் என்று தெரியுமா?"

"சரியாக தெரியவில்லை அண்ணா! ஆனால் வழியில் போக போக என்னால் ஊகித்துக் கொள்ள முடியும்" என்று கிருஷ்ணர் உறுதியாகக் கூறினார்.

"தனியாக செல்லப் போகிறாயா?", பலராமரின் கேள்வியில் ஒருவித வருத்தம் கலந்திருந்தது.

"அண்ணா! எண்ணிக்கையால் அந்த மாயாவிகளை வெல்ல முடியாது; தந்திரம்! தந்திரத்தால் தான் முடியும்" என்று கிருஷ்ணர் பேசினார்.

ஆனாலும் கிருஷ்ணரை அவ்வாறு தனியாய் விட பலராமர் தயங்கினார்.

பலராமரின் தயக்கத்தைக் கவனித்த கிருஷ்ணர், "அவர்களுடைய யுக்தியை நாம் முதலில் புரிந்து கொள்ள வேண்டும் அண்ணா! அதற்கு முதலில் நாம் அவர்களுடைய அடித்தளத்தைக் கண்டறிய வேண்டும். இல்லையென்றால் நம்மால் அவர்களை வெல்ல முடியாது. என்னைப் பற்றி தாங்கள் கவலைப்பட வேண்டாம் அண்ணா! எப்படியும் நாளை மாலைக்குள்ளாக நான் திரும்பிவிடுவேன்" என்று கூறினார்.

"சரி கிருஷ்ணா! ஜாக்கிரதையாக சென்று வா" என்று பலராமர் கூறியதும் கிருஷ்ணர் அங்கிருந்துப் புறப்பட்டார்.

பலராமர் கிருஷ்ணரை வழியனுப்பி வைத்தார். கிருஷ்ணர் யாருக்கும் தெரியாமல் நகரை விட்டு வெளியேறினார். ஒரு நாள் பொழுது கழிந்தது.

அன்று பௌர்ணமி. அந்த நாள் முழுவதும் துவாரகாவில் மதுக்கூடங்களை திறக்கக் கூடாதென்று ஆணைப் பிறப்பிக்கப்பட்டிருந்தது. காலை முதலே நகரில் காவல் தீவிரமாக்கப்பட்டது. இந்த திடீர் ஏற்பாடுகளை எல்லாம் கவனித்த மக்கள் குழம்பிப் போயினர். அது மட்டுமல்லாமல் வெகு நாட்களாக அக்ரூரரையும் கிருதவர்மரையும் நகரில் காணாததால் மக்களிடையே பலவிதமான புரளிகள் பரவ துவங்கின.

முதல்முறையாக துவாரகாவாசிகளுக்கு கிருஷ்ணரின் மேல் ஒரு தவறான அபிப்பிராயம் தோன்ற துவங்கியிருந்தது. கிருஷ்ணர் தான் அன்று மதுக்கூடத்தில் அனைவரையும் கொன்றுவிட்டதாக சிலர் செய்தி பரப்பிவிட்டனர். அந்த மதுக்கூட சம்பவத்தால் உயிரிழந்தவர்களின் குடும்பத்தை சார்ந்த அனைவரும் நகரில் உலா வந்தப் புரளிகளை எல்லாம் உண்மையென நம்பிவிட்டனர்.

கிருஷ்ணர் ஊரில் இல்லாத வேளையில் அன்று மதுக்கூடத்தில் நிகழ்ந்த கலவரத்தால் பாதிக்கப்பட்ட அனைவரும் ஒன்றாக சென்று வாசுதவரின் மாளிகைக்கு

முன்னால் கோஷம் எழுப்பினர். மக்களின் கோஷத்தைக் கேட்டு வெளியே வந்த வாசுதேவரை நோக்கிப் பல கேள்விகள் எழுப்பப்பட்டன. ஒரே கணத்தில் அவர்கள் எழுப்பிய அத்தனை கேள்விக் கணைகளையும் சமாளிக்க முடியாமல் வாசுதேவர் தடுமாறிப் போனார்.

"பொறுமை! பொறுமை! உங்களுடைய பிரச்சனைகளை தனித்தனியாக எடுத்துரையுங்கள்! இப்படி அனைவரும் ஒன்றாக சேர்ந்துக் கூச்சலிடுவதால் எந்தப் பயனும் கிடையாது" என்று அந்தக் கூட்டத்திற்கு முன்னால் வாசுதேவர் பேசினார்.

அப்பொழுது, "பிரபு!" என்று கூறிய ஒரு முதியவர், அந்த மக்கள் கூட்டத்தை பிளந்துக் கொண்டு முன்னால் வந்து நின்றார்.

"சொல்லுங்கள்! உங்களுடைய பிரச்சனை என்ன?" என்று வாசுதேவர் அவரிடம் நேரடியாகப் பேசினார்.

"பிரபு! நான் ஒரு வணிகன். கடந்த சில நாட்களுக்கு முன்னால் மதுக்கூடத்தில் ஏற்பட்ட தகராறில் என்னுடைய மகன் இறந்துப்போனான். ஆனால் அது வெறும் குடிகாரர்களுக்கு இடையே ஏற்பட்ட கலவரமல்ல. மன்னர் கிருஷ்ணர் தான் ஒரு பெண்ணோடு கூத்தடித்துவிட்டுக் குடிபோதையில் அங்கே இருந்த எல்லோரையும் கொன்றுவிட்டதாக செய்தி எங்களுக்கு கிடைத்துள்ளது" என்று அந்த முதியவர் கூறியதைக் கேட்டதும் வாசுதேவர் அதிர்ச்சியடைந்தார்.

"இல்லை! இல்லை! அப்படியெல்லாம் இருக்க வாய்ப்பே இல்லை. துவாரகாவின் அமைதியை குலைப்பதற்காக யாரோ தவறான தகவலை உங்களனைவரிடமும் பரப்பி உள்ளனர்."

"பிரபு! சம்பவம் நிகழ்ந்த இரவன்று கிருஷ்ணர் கையில் இரத்தம் படிந்த ஒரு வாளோடு அந்த மதுக்கூடத்திலிருந்து தள்ளாடிக் கொண்டு சென்றதை நானே என் இரு கண்களாலும்

கண்டேன்" என்று கூட்டத்திலிருந்த ஒரு வாலிபன் வாசுதேவரை நோக்கிக் குரல் எழுப்பினான்.

அவ்வாறு அவன் கூறியதும் மக்கள் மீண்டும் கோஷமிட துவங்கினர்.

"நாட்டில் என்ன தான் நிகழ்ந்து கொண்டிருக்கிறது? அக்ரூரர் எங்கே? சாத்யகி எங்கே? கிருதவர்மர் எங்கே? ஸத்ராபூர் மன்னரை உண்மையில் யார் கொன்றது? நாட்டில் எதற்காக இன்று காவல் தீவிரமாக்கப்பட்டுள்ளது? துவாரகாவில் எப்பொழுது கொடுங்கோல் ஆட்சி துவங்கியது? அன்று நகரின் பிரதான சாலையில் ஓர் யாதவன் கொல்லப்பட்டப் போது காணாமல் போன வீரர்கள் எங்கே? அவர்களையும் கிருஷ்ணர் தான் குடிபோதையில் கொன்றுவிட்டாரா?" என்று அந்த கூட்டத்திலிருந்த அனைவரும் மாறி மாறிக் கேள்வியெழுப்பினர்.

என்ன செய்வதென்று தெரியாமல் வாசுதேவர் தடுமாறிப் போனார்.

"அமைதி! அமைதி! அமைதியாக இருங்கள்! தயவு செய்து அமைதியாக இருங்கள்", வாசுதேவர் தன்னால் இயன்ற அளவுக் குரலை எழுப்பி மக்களை சமாதானமடைய செய்தார்.

"முதலில் யார் உங்களிடம் கிருஷ்ணர் தான் அந்தக் கொலைகளை எல்லாம் செய்ததாக வந்துக் கூறியது?"

"நான் தான்", அப்பொழுது கூட்டத்தைப் பிளந்துகொண்டு ஒரு கர்ப்பிணிப் பெண் பெருமூச்சு வாங்க வாசுதேவர் முன் கோபமாக வந்து நின்றாள்.

அவ்வாறு அந்தப் பெண் வந்து நிற்பதைக் கண்டதும் குழம்பிப் போன வாசுதேவர், "யாரம்மா நீ? யார் உன்னிடம் அவ்வாறு கூறியது?" என்று கேள்வியெழுப்பினார்.

"என் பெயர், சந்திரவதனி. என்னுடைய கணவர் தான் இதைப்பற்றி என்னிடம் கூறினார்."

"யார் உன்னுடைய கணவர்?"

"அவர் பெயர், சங்கு. அன்றிரவு மதுக்கூடத்தில் நிகழ்ந்த கொடூரங்களை எல்லாம் அவர் நேரடியாக கண்டிருக்கிறார். அங்கிருந்து எப்படியோ தப்பியவர் வீட்டிற்கு வந்து அங்கே நடந்த எல்லாவற்றையும் என்னிடம் கூறினார். அவர் அந்த சம்பவத்தினால் மிகவும் பயந்துப் போய் இருந்தார்" என்று பேசிக்கொண்டிருந்த சந்திரவதனியின் கண்களில் கண்ணீர் தேங்கி நின்றது.

"சரி! இப்பொழுது உன்னுடைய கணவர் எங்கே?"

"பிரபு! அதை தாங்கள் தான் சொல்லவேண்டும். அன்றிரவே வீட்டிற்கு வந்த சில காவலர்கள் ஏதோ விசாரிக்க வேண்டுமென்று அவரை அழைத்துச் சென்றனர். இத்தனை நாட்களாகியும் அவர் திரும்பி வரவேயில்லை. எங்கு சென்று அவரைப் பற்றிக் கேட்டாலும் தெரியாது என்கிறார்கள். என்னுடைய கணவர் எந்தப் பாவமும் அறியாதவர்; தயவு செய்து அவரை விட்டுவிடுங்கள்! என் கணவரை கொன்றுவிடாதீர்கள்" என்று கூறிய சந்திரவதனி அழுதபடியே வாசுதேவரை நோக்கிக் கைக்கூப்பி நின்றாள். அவள் அழுவதைக் கண்டு வாசுதேவர் நிலைகுலைந்துப் போனார்.

மெல்ல தன்னை நிலைப்படுத்திக் கொண்ட வாசுதேவர், தன்னெதிரில் திரண்டிருந்த கூட்டத்தை நோக்கிப் பேச துவங்கினார்.

"என் அன்பிற்குரிய துவாரகாவாசிகளே! கிருஷ்ணன் உங்களுடைய மன்னன் என்பதையெல்லாம் தாண்டி முதலில் என்னுடைய மகன். அவன் எப்பேற்பட்ட தர்மவான் என்பதை தாங்களே அறிவீர்கள். நகரில் நிகழ்ந்த சில சம்பவங்களால் நீங்களனைவரும் பெரியளவில் பாதிக்கப்பட்டிருக்கிறீர்கள் என்பதை என்னால் புரிந்துக் கொள்ள முடிகிறது. ஆனால் அதற்காக தக்க ஆதாரமின்றி வெறும் வாய் வார்த்தைகளால் கிருஷ்ணன் மீது தாங்கள் சுமத்தும் பழியை என்னால்

ஒருபோதும் ஏற்றுக் கொள்ள முடியாது" என்று வாசுதேவர் கூறியதும் கூடியிருந்த மக்களனைவரும் கோபத்தில் கொந்தளிக்க துவங்கினர்.

"அமைதி! அமைதி! தீவிர விசாரணை மேற்கொள்ளப்பட்டு வருகிறது; கூடிய விரைவில் இந்த அரசு உண்மையான குற்றவாளியை தங்கள் முன்னால் கொண்டு வந்து நிறுத்தும் என்று நான் உறுதிமொழி அளிக்கிறேன்."

"வாசுதேவரே! ஏதாவது நியாயம் கிடைக்கும் என்கிற நம்பிக்கையில் தான் நாங்கள் தங்களிடம் வந்துள்ளோம். இதுபோன்ற ஆறுதல் மொழி எல்லாம் எங்களுக்கு தேவையில்லை. எங்களுடைய புதல்வர்களும் கணவர்களும் யுத்தத்தில் மடிந்திருந்தால் நாங்கள் அதைப் பற்றிக் கவலைப்பட்டிருக்க மாட்டோம். ஆனால் ஒரு தனிமனிதரின் போதை வெறிக்காக அவர்கள் கொல்லப்பட்டதை எங்களால் ஒருபோதும் ஏற்றுக்கொள்ள முடியாது" என்று கூட்டத்திலிருந்த ஒரு பெண் கூறியதும் மீண்டும் அவர்கள் கூச்சலிட துவங்கினர்.

"அமைதியாக இருங்கள்! அமைதியாக இருங்கள்! துவாரகாவினுள்ளே சில மாயாவிகள் ஊடுருவியிருக்கிறார்கள். அனைவரும் தயவு செய்து நான் சொல்வதைக் கேளுங்கள்" என்று வாசுதேவர் கூறியதும் மிரண்டுப் போன மக்கள் அமைதியடைந்தனர்.

"என்ன சொல்கிறீர்கள் பிரபு?"

"இதுவரை உங்களிடம் சொல்லப்படாத உண்மையை நான் இப்பொழுது சொல்லப் போகிறேன். மதுக்கூடத்தில் நிகழ்ந்த சம்பவம் மட்டுமல்ல அதற்கு முன்னால் நிகழ்ந்த சம்பவங்களுக்கும் அந்த மாயாவிகள் தான் காரணம். விஷயமறிந்தால் நீங்கள் அச்சப்படுவீர்கள் என்ற காரணத்தினால் தான் இத்தனை நாட்களாக இதை இரகசியமாக வைத்திருந்தோம். இன்று வேறு வழியில்லாமல் உண்மையை உங்களிடம் உரைக்கிறேன். நாங்கள் அவர்களை தீவிரமாக

தேடிக் கொண்டிருக்கிறோம்; கூடிய விரைவில் அவர்களை பிடித்துவிடுவோம். அதுவரையில் கொஞ்சம் அமைதியாக இருங்கள்! நாங்கள் உங்களிடமிருந்து எதிர்ப்பார்ப்பதெல்லாம் இந்த சிறு ஒத்துழைப்பை தான்.''

"பிரபு! தாங்கள் சொல்வதைப் பார்த்தால் இங்கே இருப்பது, எங்களுடைய உயிருக்கும் ஆபத்தை ஏற்படுத்தக்கூடும் என்றல்லவா தோன்றுகிறது. இங்கே இது தான் நிலையென்றால் நாங்கள் துவாரகாவை விட்டு வெளியேறுகிறோம்.''

"ஆமாம்! ஆமாம்! நாமும் நம்முடைய குழந்தைகளும் அமைதியாக வாழ வேண்டுமென்றால் இந்த நகரை விட்டு வெளியேறுவது தான் நல்லது.''

"அது தான் சரி! நாங்களனைவரும் துவாரகாவை விட்டு வேறு நகருக்குப் புலம்பெயர்கிறோம். கிருஷ்ணரின் ஆட்சியை நாங்கள் புறக்கணிக்கிறோம்'' என்று கூட்டத்திலிருந்த அனைவரும் மாறி மாறிக் கூச்சலிடத் துவங்கினர்.

அவர்களை கட்டுப்படுத்த முடியாமல் தடுமாறிய வாசுதேவர், பலராமரை அங்கே வரவழைத்தார். பலராமர் தன்னால் இயன்ற அளவு அவர்களிடம் நிலைமையை எடுத்துரைத்தார். ஆனால் அவர் எவ்வளவு சொல்லியும் மக்கள் கேட்பதாய் இல்லை. அதனால் கோபமடைந்த பலராமர், நூற்றுக்கும் மேற்பட்ட வீரர்களை வரவழைத்து அங்கே கூடியிருந்த மக்களை விரட்டி அடிக்குமாறு ஆணையிட்டார். அந்த வீரர்கள் குழந்தைகள், பெண்கள், முதியவர்கள் என எந்தவிதமான பாரபட்சத்தையும் காட்டாமல் அனைவரையும் விரட்டியடித்தனர்.

பலராமரின் அந்த செயல் வாசுதேவரை வருத்தமடைய செய்தது. எதுவும் பேசாமல் தலைகுனிந்தபடியே வாசுதேவர் தன்னுடைய மாளிகைக்கு திரும்பி சென்று விட்டார்.

மாயோன்

கிருஷ்ணர் நகரை விட்டு வெளியேறிய அந்த இரவு பஃரூபி தங்கியிருந்த வனப்பகுதி எங்கிலும் கடுமையான மழைப் பொழிந்து கொண்டிருந்தது. அப்பொழுது மழையில் நனைந்தபடியே பஃரூபி தன் இடத்தை நோக்கி வேகமாக சென்று கொண்டிருந்தாள்.

உள்ளே திரிமுகன் குறட்டை விட்டபடி உறங்கிக் கொண்டிருந்தான்; ஒரு தனி அறையில் மந்தன் வாள்பயிற்சி செய்து கொண்டிருந்தான். பிசாசுகள் யாவும் ஒன்றோடு ஒன்று சண்டையிட்டு ஓலம் எழுப்பிக் கொண்டிருந்தன.

அப்பொழுது, "மந்தா!" என்று கூறிக் கொண்டே வேகமாக உள்ளே நுழைந்த பஃரூபியை கண்டதும் அங்கே நடமாடிக் கொண்டிருந்த பிசாசுகள் யாவும் மிரண்டுப் போய் ஓடி ஒளிந்துக் கொண்டன.

பஃரூபியின் குரலைக் கேட்டு வெளியே வந்த மந்தன் நொண்டியபடியே பஃரூபியை நோக்கி வந்தான். அப்பொழுது பஃரூபி மிகவும் பரப்பரப்பாக இருப்பதை மந்தன் கவனித்தான்.

"என்னாயிற்று பஃரூபி?" என்று மந்தன் வினவினான்.

"எங்கே அவன்?" என்று பஃரூபி கேட்டதும் மந்தன் குழப்பமுற்றான்.

"யார்?"

"அவன் தான்! அந்த துவாரகா நாட்டுக்காரன்" என்றாள் பஃரூபி.

"அவனை உள்ளே கட்டி வைத்திருக்கிறேன்" என்று கூறிய மந்தன் பஹ்ரூபியை அவனிடம் அழைத்து சென்றான்.

மந்தன் வாள்பயிற்சி செய்து கொண்டிருந்த அறையில் கை காால்கள் கட்டப்பட்ட நிலையில் சாத்யகி தொங்கவிடப்பட்டிருந்தான். அவனுடைய உடல் முழுவதும் பல இரத்த காயங்கள் தென்பட்டன. ஏதோ சிந்தித்தவாறே அவனை அமைதியாக வெறித்துப் பார்த்துக் கொண்டிருந்தாள், பஹ்ரூபி.

திடீரென "அவனைக் கட்டவிழ்த்து விடு!" என்று பஹ்ரூபி கூறினாள். பஹ்ரூபி அவ்வாறு கூறியதும் மந்தன் ஆச்சரியமடைந்தான்.

"என்ன சொல்கிறாய் பஹ்ரூபி!"

"மந்தா! அந்தக் கிருஷ்ணன் இவனை தேடி இங்கே வந்துக் கொண்டிருக்கிறான்" என்று பஹ்ரூபி கூறினாள். அவளுடைய பேச்சில் ஒருவிதப் பதற்றம் தென்பட்டது.

"வரட்டுமே பஹ்ரூபி! அவனையும் இதே போல் கட்டி தொங்கவிடுவோம்" என்று மந்தன் கூறியதும் பஹ்ரூபி கோபமடைந்தாள்.

"மூர்க்கனே! நான் சொல்வதை மட்டும் செய்! உடனடியாக அவனை கட்டவிழ்த்துவிடு" என்று மந்தனை நோக்கி எரிந்து விழுந்தாள், பஹ்ரூபி.

மந்தனும் அவன் கட்டை அவிழ்த்து கீழே இறக்கிவிட்டான். சாத்யகி மிகவும் சோர்ந்து போய் இருந்தான்; அவனால் அசையக் கூட இயலவில்லை.

"மந்தா! இப்பொழுது நீ இவனுடைய உருவத்திற்கு மாறு."

"எதற்காக..."

"சொல்வதை செய்யடா" என்று பஹ்ரூபி கத்தினாள்.

மந்தன் சாத்யகியின் உருவத்திற்கு தன்னை மாற்றிக் கொண்டான். அவன் மாறிய உடனே பஃரூபி மந்தனின் கை கால்களை கட்டி அதே இடத்தில் தொங்கவிட்டாள்.

"என்ன செய்கிறாய்...பஃரூபி...பஃரூபி!", மந்தன் கூச்சலிட்டான்.

"மந்தா! நான் சொல்வதை அமைதியாக கேள்! இவனை நான் அருகிலிருக்கும் குளக்கரையில் கொன்று எறிந்துவிட்டு வருகிறேன்; அந்த கிருஷ்ணன் இங்கே வரும் வரையில் நீ இவனுடைய உருவிலேயே தொங்கிக் கொண்டிரு; கிருஷ்ணன் உள்ளே நுழைந்து உன்னருகில் வந்ததும் பின்னாலேயே வந்து நான் அவனை தாக்கிவிடுகிறேன்" என்று பஃரூபி கூறினாள்.

"சரி பஃரூபி!", மந்தன் புன்னகைத்தான். பஃரூபியும் பதிலுக்குப் புன்னகைத்தாள்.

சாத்யகியை தன் தோளில் தூக்கிக் கொண்டு வெளியே வந்த பஃரூபி, முன்னால் எதைப் பற்றியும் கவலைப்படாமல் படுத்து உறங்கிக் கொண்டிருந்த திரிமுகனை முறைத்துப் பார்த்தாள். பின் அவனை மனதிற்குள்ளே வசைபாடிவிட்டு சாத்யகியோடு அவ்விடத்தை விட்டு பஃரூபி வெளியேறினாள்.

நீண்ட நேரம் பொழிந்த மழை நின்றுவிட்டிருந்தது. பஃரூபி எதிர்ப்பார்த்ததைப் போல் அன்று கிருஷ்ணர் அங்கே வரவில்லை. காலைப் பொழுது விடிந்தது. அதுவரையில் மந்தன் தொங்கியபடியே கிடந்தான்.

அந்த காலை வேளையில் பஃரூபி தனியாக திரும்பிவந்தாள். அப்பொழுதும் திரிமுகன் உறங்கிக் கொண்டிருந்தான். பஃரூபி ஓடிச்சென்று அவன் மார்பில் எட்டி உதைத்தாள்.

"அய்யோ! அம்மா" என்று கத்திக்கொண்டே திரிமுகன் கண்விழித்தான்.

"பொழுது விடிந்த பிறகும் என்ன உறக்கம் உனக்கு!?"

"அதற்குள்ளே விடிந்துவிட்டதா?" என்றான் திரிமுகன்.

"மந்தன் எங்கே?" என்று பஹ்ரூபி கேட்டாள்.

"உள்ளே தான் இருக்க வேண்டும்" என்று திரிமுகன் கூறினான்.

"மந்தா!" என்று கத்திக்கொண்டே பஹ்ரூபி உள்ளே சென்றாள். திரிமுகனும் எழுந்து அவளைப் பின்தொடர்ந்து சென்றான்.

அங்கே சாத்யகியின் உருவில் தொங்கிக் கொண்டிருந்த மந்தன் பஹ்ரூபியை கண்டதும், "அவனைக் கொன்றுவிட்டாயா, பஹ்ரூபி?" என்று கேள்வியெழுப்பினான்.

"மந்தா!", சாத்யகியின் உருவிலிருந்த மந்தனை பஹ்ரூபி குழப்பத்தோடுப் பார்த்தாள்.

"மந்தா! நீ எதற்காக அவனுடைய உருவில் தொங்கிக் கொண்டிருக்கிறாய்? அவன் எங்கே?" என்று பஹ்ரூபி கேட்டதும் மந்தன் அதிர்ச்சியுற்றான்.

"என்ன சொல்கிறாய் பஹ்ரூபி! நீதானே அவனுடைய உருவிற்கு என்னை மாற சொல்லிவிட்டு அவனை இங்கிருந்து அழைத்து சென்றாய்."

"உளறாதே மந்தா! நான் எதற்காக அப்படி சொல்லப் போகிறேன்?" என்று பஹ்ரூபி கூறினாள்.

திரிமுகனுக்கு ஒன்றும் விளங்காததால் இருவரையும் மாறி மாறிப் பார்த்துக் கொண்டிருந்தான்.

"பஹ்ரூபி! நீ தானே நேற்றிரவு கிருஷ்ணன் நம்மை தேடி வந்து கொண்டிருக்கிறான் என்று கூறி என்னைக் கட்டி வைத்துவிட்டு அவனை அழைத்து சென்றாய்! இப்பொழுது

எதுவுமே தெரியாததுப் போல் கேட்கிறாய்?" என்று மந்தன் கூறியதும் பஹ்ரூபியின் முகம் கோபத்தில் சிவந்தது.

"மந்தா! நான் இப்பொழுது தான் இங்கே வருகிறேன்" என்று பஹ்ரூபி கோபமாகக் கூறினாள். மந்தனுக்கு அப்பொழுது தான் விஷயம் புரிந்தது.

"நேற்றிரவு இங்கே வந்தது நீ இல்லையென்றால் வேறு யாராக இருக்கும்?" என்று மந்தன் கேட்டதும் பஹ்ரூபியின் கோபம் உச்சத்தைத் தொட்டது.

"அடே மூடா! வந்தது கிருஷ்ணனடா!" என்று கூறிய பஹ்ரூபி வெறிப் பிடித்தவள் போல் அலறினாள். அவள் எழுப்பிய சப்தத்தில் மந்தனும் திரிமுகனும் நடுங்கிப் போயினர். கோபத்தில் அவள் அருகிலிருந்த சுவரை ஓங்கிக் குத்தினாள்; சுவர் சுக்குநூறாக இடிந்து விழுந்தது.

அதற்குள்ளாக கிருஷ்ணர் சாத்யகியை தன் புரவியில் ஏற்றிக்கொண்டு தொலைதூரம் சென்றுவிட்டிருந்தார். எப்படியும் அன்று பஹ்ரூபி தாக்க வருவாள் என்பதை கிருஷ்ணர் நன்றாக அறிந்திருந்தார். மனதில் எதிர்தாக்குதல் புரிவதற்கான திட்டத்தை தீட்டியபடியே கிருஷ்ணர் துவாரகாவை நோக்கி சென்று கொண்டிருந்தார். சூரியன் வானத்தின் உச்சத்தைத் தொட்டிருந்த வேளையில் கிருஷ்ணர் துவாரகாவை சென்றடைந்தார்.

சாத்யகியை ஒரு வைத்திய சாலையில் சேர்த்துவிட்டு கிருஷ்ணர் விரைவாக உத்தவரை காண சென்றார். செல்லும் வழி முழுக்க மக்கள் அவரை வெறுப்போடும் கோபத்தோடும் பார்த்துச் செல்வதைக் கவனித்த கிருஷ்ணர் குழப்பமுற்றார்.

உத்தவரை சென்று சந்தித்தபோது தான் அன்றைய நாளின் காலைப் பொழுதில் மக்கள் வாசுதேவரின் மாளிகைக்கு முன்னால் கோஷம் எழுப்பியதைப் பற்றியும் வீரர்களால் மக்கள் தாக்கப்பட்டதைப் பற்றியும் கிருஷ்ணருக்கு தெரிய வந்தது. விஷயம் அறிந்த கிருஷ்ணர் மனமுடைந்துப் போனார்.

யாரிடமும் எதுவும் பேசாமல் அன்று முழுவதும் கிருஷ்ணர் தன்னை தனிமைப்படுத்திக் கொண்டார்.

அந்தப் பௌர்ணமி நாளின் மாலை வேளையில் ஆயிரக்கணக்கான யாதவர்கள் தங்களுடைய உடைமைகளை எல்லாம் எடுத்துக்கொண்டு குடும்பம் குடும்பமாய் தங்களுடைய குழந்தைகளை தோளில் தாங்கியபடியே துவாரகாவை விட்டுப் புறப்பட்டனர். அவர்களை எல்லாம் துவாரகாவின் எல்லையில் தடுத்து நிறுத்திய தலைமை காவலன் நுழைவாயில் கதவை இழுத்து மூட உத்தரவிட்டான்.

அப்பொழுது, "வெளியே செல்பவர்கள் யாரையும் தடுக்க வேண்டாம்" என்று கிருஷ்ணரிடமிருந்து தலைமை காவலனுக்கு ஓலை வந்தது.

அடுத்த கணமே நுழைவாயில் கதவு திறந்துவிடப்பட்டது. அதுவரையில் துவாரகாவை மட்டுமே இருப்பிடமாய் கொண்டு வாழ்ந்து வந்த துவாரகாவாசிகள் பலரும் தங்களுடைய ஆவினங்களோடு நகரை விட்டு வெளியேறினர். நகரில் பாதிக்கும் மேற்பட்ட இடங்கள் வெறிச்சோடிப் போயின. ஆயிரமாயிரம் யாதவர்கள் துவாரகாவை விட்டுவிட்டு வேறு நகரங்களுக்குப் புறப்பட்டுச் செல்வதை தன்னுடைய மாளிகையின் மேல்முற்றத்தில் நின்று அமைதியாக கவனித்துக் கொண்டிருந்தார், கிருஷ்ணர்.

அந்த மாலை வேளையில் சூரியன் கொஞ்சம் கொஞ்சமாய் மேற்கு வானத்தில் இறங்க துவங்கியது. கிருஷ்ணரின் இதயத்தில் அன்று மீண்டும் ஏதோ அசம்பாவிதம் நிகழப் போவதாக உறுத்திக் கொண்டே இருந்தது.

"பஹ்ரூபி!", அவரையே அறியாமல் அவருடைய இதழ்கள் அந்தப் பெயரை உச்சரித்தது.

பாஞ்சஜன்யம்

வானத்தில் முழுமதி முளைத்துக் கொண்டது. போன முறை மதுக்கூடத்தில் நிகழ்ந்ததைப் போல் இந்த முறை துவாரகாவில் எதுவும் நிகழ்ந்துவிடக் கூடாது என்பதில் தீவிரமாக இருந்த கிருஷ்ணர், அன்றைய காவலுக்கான திட்டங்களை தெளிவாக வகுத்துக் கொடுத்தார். கிருஷ்ணர் வகுத்துக் கொடுத்த திட்டத்தை உத்தவரும் பலராமரும் தெளிவாக நடைமுறைப்படுத்தினர்.

அந்த இரவு முழுவதும் துவாரகாவாசிகள் யாரும் வீட்டை விட்டு வெளியே வரவேண்டாம் என்று உத்தரவுப் பிறப்பிக்கப்பட்டிருந்தது. மக்கள் அனைவரும் கதவுகளை தாளிட்டுக் கொண்டு வெளியே வராமல் வீட்டிற்குள்ளேயே தங்கியிருந்தனர். ஆள் நடமாட்டமே இல்லாமல் வெறிச்சோடிப் போயிருந்த வீதிகளில் ஆயுதங்களை ஏந்தியபடி வீரர்கள் உலா வந்துக் கொண்டிருந்தனர்.

நகரின் காவலை பலராமர் தாமே மேற்பார்வையிட்டுக் கொண்டிருந்தார். யார் தாக்குதலுக்கு உட்படுத்தப்பட்டாலும் அவர்களுக்கு உடனே மருத்துவம் பார்க்கும் வகையில் ஆங்காங்கே தற்காலிக வைத்திய சாலைகளை உத்தவர் நிறுவியிருந்தார். வாசுதேவரின் மாளிகைக்கும் உக்ரசேனரின் மாளிகைக்கும் ருக்மிணி, ஜாம்பவதி, சத்யபாமா ஆகியோரது மாளிகைகளுக்கும் சிறப்பு காவல் நியமிக்கப்பட்டிருந்தது. அந்த இரவு வேளையில் துவாரகா முழுவதும் ஒருவிதப் பதற்றம் தொற்றிக் கொண்டது.

எங்கே தாக்குதல் நிகழ்த்தப்பட்டாலும் அவ்விடத்தினின்று உடனடியாக அபாய ஒலி எழுப்புமாறு வீரர்களுக்கு உத்தரவிடப்பட்டிருந்தது. கிருஷ்ணர் தன்

மாளிகையில் கவசம் தரித்து தாக்குதலுக்கு தயாராகிக் கொண்டிருந்தார். அப்பொழுதுப் பின்னாலிருந்து இரு மலர் கரங்கள் கிருஷ்ணரின் இடையை சுற்றி வளைத்துக் கொண்டன.

"எனக்குப் பயமாக உள்ளது பிரபு!" என்று ருக்மிணி கூறியதும் கிருஷ்ணர் பின்னால் திரும்பி அவளுடைய கன்னத்தை தன் கரங்களுக்குள் அணைத்துக் கொண்டார்.

"எதற்கு பயம்? என் மீது உனக்கு நம்பிக்கை இல்லையா தேவி?"

"தங்களை நம்பாமல் வேறு யாரை நம்புவது பிரபு?!"

"அப்படியென்றால் நான் இருக்கும் போது எதற்குப் பயப்படுகிறாய்?"

"அவர்கள் மாயாவிகளல்லவா! அதனால் தான்..."

"தேவி! அவர்கள் அளவுக்கு இல்லையென்றாலும் எனக்கும் சில மாய வித்தைகள் தெரியும்" என்று கூறிய கிருஷ்ணர் ருக்மிணியை நோக்கிப் புன்னகைத்தார். இருவரின் இதழ்களும் ஒன்றோடு ஒன்று உறவாடிக் கொண்டன.

அப்பொழுது தொலைவில் இருந்து ஒரு பெண்ணின் அலறல் சப்தம் கேட்டது. அந்த அலறல் ஒரு மனிதப்பெண்ணின் குரலைப் போல் அல்லாமல் ஒரு ராட்சசியின் குரலைப் போல் இருந்தது. சப்தம் வந்த திசையிலிருந்து வீரர்கள் அபாய ஒலி எழுப்பினர்.

"தேவி! நான் வருகிறேன். எக்காரணம் கொண்டும் நீ வெளியே வந்துவிடாதே" என்று கிருஷ்ணர் கூறியதும் ருக்மிணி சரியென்பதுப் போல் தலையசைத்தாள்.

அவளுடைய கண்களில் இருந்த கவலையை கவனித்த கிருஷ்ணர் எதுவும் பேசாமல் தன்னுடைய சாரங்கத்தை எடுத்துக் கொண்டு வேகவேகமாக வெளியே சென்றார். வெளியே கருடக்கொடிப் பறக்கவிடப்பட்டிருந்த ரதத்தில்

தாருகன் தயாராக அமர்ந்திருந்தான். கிருஷ்ணர் விரைந்து வந்து ரதத்தில் அமர்ந்ததும் தாருகன் சப்தம் வந்த திசையை நோக்கி வெகுவேகமாக ரதத்தை செலுத்தினான். அப்பொழுது அவர்களுக்குப் பின்னாலிருந்து மீண்டும் அபாய ஒலி எழுப்பப்பட்டது. கிருஷ்ணர் ரதத்தை நிறுத்துமாறு ஆணையிட்டார். அடுத்த ஒரு சில நொடிகளுக்குள்ளாக எல்லா திசைகளில் இருந்தும் அபாய ஒலி எழுப்பப்பட்டது. எந்தப் பக்கம் செல்வதென்று தெரியாமல் கிருஷ்ணர் ஒருகணம் திகைத்துப் போனார்.

நூற்றுக்கணக்கானப் பிசாசுகள் நுழைவாயிலில் நின்றுகொண்டிருந்த காவலர்களை எல்லாம் கொன்றுவிட்டு மரண ஓலம் எழுப்பியவாறே துவாரகாவினுள்ளே நுழைந்தன. பச்சை நிற தேகமும் கூர்மையானப் பற்களும் அச்சமளிக்கும் கண்களும் எச்சில் வழியும் உதடுகளும் கொண்ட பிசாசுகள் அவ்வாறு ஓலம் எழுப்ப துவங்கியதும் வீட்டிற்குள்ளே ஒளிந்து கிடந்த மக்களனைவரும் நடுக்கம் கொண்டனர். பொது ஜனங்கள் மட்டுமல்லாமல் படைவீரர்கள் கூட அந்தப் பிசாசுகளை கண்டு நடுங்கி தான் போயினர். அவற்றைப் பின்தொடர்ந்து வந்த பஹ்ரூபி எதிரில் தோன்றியவர்களை எல்லாம் தன் கோடாரியால் வெட்டி வீசினாள்.

பத்தடி உயரம் கொண்ட பஹ்ரூபியை கண்டதும் வீரர்கள் பலரும் ஆயுதங்களை தூக்கி எறிந்துவிட்டு அச்சத்தில் ஓடத் துவங்கினர். அவ்வாறுப் பயந்தோடிய வீரர்களை கண்டு சிரித்தபடியே பஹ்ரூபி வெறிக்கூச்சலிட்டாள்; அவளை துணிந்து எதிர்த்த ஒரு சில வீரர்களையும் அவள் தலை தனியாக உடல் தனியாக வெட்டியெறிந்தாள்.

நகரினுள்ளே புகுந்த பிசாசுகள், வீரர்களின் வாள்வீச்சுக்கு துளியும் அடங்காமல் எதிர்ப்படுவோரை எல்லாம் கொன்று புசித்தன. கையில் ஒரு தீப்பந்தத்தை ஏந்தியபடி துவாரகாவின் வீதிகளினுள்ளே கிருஷ்ணரின் உருவில் நடமாடிக் கொண்டிருந்த மந்தன், வீடுகளுக்கு தீ வைத்தான். சாளரத்தின் வழியாக வெளியே எட்டிப் பார்த்த

மக்கள், கிருஷ்ணர் தான் அந்த கொடூரச் செயலை செய்வதாக எண்ணிக்கொண்டு அவர்மீது வசைப் பாட துவங்கினர். வெளியே வரமுடியாமல் வீட்டிற்குள்ளே மாட்டிக் கொண்ட யாதவர்கள் மந்தன் வைத்த நெருப்பில் வெந்து கூச்சலிட்டப்படியே உயிர்விட்டனர்.

எல்லா இடங்களிலும் வீரர்கள் அபாய ஒலியை எழுப்பினர். ஆனால் அடுத்தவரைக் காப்பாறும் நிலையில் யாரும் அங்கே இல்லை. மிரண்டுப் போன புரவிகள் அங்குமிங்கும் கனைத்துக்கொண்டே ஓடின. யானைகளுக்கு மதம்பிடித்துக் கொண்டன; வழியில் எதிர்ப்படுவோர் எல்லாம் அந்த யானைகளால் மிதித்துக் கொல்லப்பட்டனர். அத்தனை களேபரங்களுக்கு இடையிலும் உயிர் தப்பிய சில வீரர்கள், அங்கே உயிருக்குப் போராடிக் கொண்டிருந்த மக்களை மீட்டு அருகிலிருந்த வைத்தியசாலைகளுக்குக் கொண்டு சேர்த்தனர். எல்லா வைத்தியசாலைகளிலும் கூட்டம் நிரம்பி வழிந்தது. என்ன செய்வதென்று தெரியாமல் உத்தவர் நிலைகுலைந்துப் போனார்.

அப்பொழுது எல்லா பக்கங்களிலும் அபாய ஒலிக் கேட்க எந்தப் பக்கம் செல்வதென்று தெரியாமல் தள்ளாடிக் கொண்டிருந்த கிருஷ்ணரின் வழியில் சில பிசாசுகள் தென்பட்டன. அந்தப் பிசாசுகள் யாவும் உதட்டில் எச்சில் வழிய கண்ணில் கோபம் மிளிர கிருஷ்ணரை நோக்கிக் கொலைவெறியோடு வந்தன.

"தாருகா! ரதத்தை செலுத்து" என்று கிருஷ்ணர் கூறியதும் தாருகன் அந்தப் பிசாசுகளை கண்டு அஞ்சாமல் ரதத்தை செலுத்தினான்.

கிருஷ்ணர் தன் சாரங்க வில்லை நாணேற்றி சரசரவென அம்புகளை எய்தார். மழையெனப் பொழிந்த கணைகள் பிசாசுகளை துளைத்து வீசின. அவ்வாறு வீசப்பட்டப் பிசாசுகள் யாவும் கீழே சரிந்தன. முதலில் அவை மடிந்துவிட்டதாக

கிருஷ்ணர் நினைத்தார். ஆனால் அவை மடியவில்லை; மீண்டும் எழுந்து வந்தன.

கிருஷ்ணர் இடைவிடாமல் கணைகளை தொடுத்துக் கொண்டே இருந்தார். நேரம் ஆக ஆக அவை எண்ணிக்கையில் பெருகிக் கொண்டே போயின. ஒரு சில பிசாசுகள் திடீரென தாருகனை தாக்க ரதம் குடை சாய்ந்தது. உடனடியாக ரதத்தில் இருந்து எகிறிக் குதித்த கிருஷ்ணர், தன்னுடைய பலத்தைப் பயன்படுத்தி ரதத்தை விழவிடாமல் தூக்கி நிறுத்தினார். தாருகனின் கழுத்தில் இருந்து ரத்தம் வழிந்தோடியது. தாருகனை பின்னால் கிடத்திவிட்டு ரதத்தை தாமே செலுத்த கிருஷ்ணர் முயற்சித்தார். அதற்குள்ளாக அந்தப் பிசாசுகள் கிருஷ்ணரை சுற்றி வளைத்துக் கொண்டன.

மறுமுனையில் வாசுதேவரின் மாளிகையையும் ருக்மிணி தேவியின் மாளிகையையும் பிசாசுகள் நெருங்கிவிட்டன. ஒருசில வைத்திய சாலைகளினுள்ளேயும் பிசாசுகள் புகுந்துவிட்டன. விரைந்து வந்த பலராமர் அத்தனைப் பிசாசுகளையும் தன் கதாயுதத்தால் அடித்து விரட்டினார். பலராமரின் தாக்குதலுக்கு அஞ்சிப் பிசாசுகள் அனைத்தும் ஓட்டம் பிடிக்கத் துவங்கின. அவ்வாறு ஓடிய பிசாசுகளை பலராமர் விரட்டி விரட்டி தாக்கினார்.

அப்பொழுது எங்கிருந்தோ பறந்து வந்த திரிமுகன், பலராமரின் காலைப் பிடித்து தரதரவென இழுத்துச் சென்று அந்தரத்தில் தூக்கியெறிந்தான். பலராமர் பல அடி தூரம் பறந்து சென்று கீழே விழுந்தார். அவருடைய கையை விட்டு நழுவிய கதாயுதம் தனியாய் வேறு இடத்தில் போய் விழுந்தது. பலராமர் தன்னை நிலைப்படுத்திக் கொள்வதற்கு முன்பாக திரிமுகன் அவருடைய கதாயுதத்தை எடுத்துக் கொண்டான்.

அவருடைய கதையை கொண்டே திரிமுகன் பலராமரை தாக்க துவங்கினான். அவனுடைய தாக்குதலை எதிர்கொள்ள முடியாமல் பலராமர் சரிந்து விழுந்தார்.

பலராமரின் நிலையை கண்டு திரிமுகனின் மூன்று இதழ்களிலும் ஏளனப் புன்னகை விரிந்தது.

அவளுடைய இடத்திற்கே சென்று அவளுக்கே தெரியாமல் கிருஷ்ணர் சாத்யகியை மீட்டு வந்ததால் பஹ்ரூபியின் அகங்காரம் காயப்பட்டுவிட்டது. அதன் விளைவை தான் கிருஷ்ணர் அப்பொழுது சந்தித்து கொண்டிருந்தார்.

துவாரகா முழுவதும் பற்றி எரிந்துக் கொண்டிருந்தது. எல்லா இடங்களிலும் மரண ஓலமே ஒலித்தது. கிருஷ்ணரின் ரதத்தையும் பிசாசுகள் வளைத்துக் கொள்ளவே கிருஷ்ணரின் கோபம் உச்சத்தை தாண்டியது. சுற்றியிருந்த பிசாசுகளை எல்லாம் உதறி தள்ளிவிட்டு கிருஷ்ணர் தன்னுடைய பாஞ்சஜன்யத்தை எடுத்து முழங்கினார். கிருஷ்ணரின் சங்கநாதம் கேட்டதும் குறிப்பை உணர்ந்து கொண்ட துவாரகா வீரர்கள் மறைவான இடம் பார்த்துப் பதுங்கிக் கொண்டனர்.

வானத்தை நோக்கி தன் சாரங்கத்தைப் பிடித்த கிருஷ்ணர், கண்களை மூடி ஒரு மந்திரத்தை உச்சரித்தார். மறுகணமே அவருடைய கரத்தில் நாராயண அஸ்திரம் தோன்றியது. வேகமாக தன் சாரங்கத்தைக் கொண்டு அதை வானத்தில் தொடுத்தார். பேரிடி ஒன்று வானத்தில் இறங்கியதைப் போல் 'படார்! படார்!' என்று சப்தம் எழுந்தது. அந்த சப்தத்தைக் கேட்டு மிரண்டுப் போன அனைவரும் வானத்தை நிமிர்ந்துப் பார்த்தனர். அப்பொழுது கடலே ஒரு கணம் பொங்கி எழுந்தது.

சக்ராயுதம்

அன்று கிருஷ்ணர் எதிர்ப்பார்த்ததை விடவே ஒரு பெரிய தாக்குதலை பஹ்ரூபி நிகழ்த்திக் கொண்டிருந்தாள். நிலைமையை கட்டுப்படுத்த முடியாமல் தடுமாறிய கிருஷ்ணர், நாராயண அஸ்திரத்தை வானில் செலுத்தினார். அப்பொழுது இந்திரனின் வஜ்ராயுதமே வந்து வானத்தில் இறங்கியதைப் போல் பெரும் சப்தம் எழுந்தது. எல்லா பக்கங்களிலும் இருள் சூழ்ந்திருந்த வேளையில் துவாரகாவின் வானில் மட்டும் வெளிச்சம் தோன்றியது. கிருஷ்ணரால் செலுத்தப்பட்ட நாராயண அஸ்திரம் வானில் இறங்கி ஒரு தட்டையான சூரியனைப் போல் சூழல துவங்கியது. ஒரு பெரிய விண்கலத்தைப் போல் சுழன்று கொண்டிருந்த அஸ்திரத்திலிருந்து ஆயிரக்கணக்கான அம்புகள் வெளிப்பட துவங்கின. அவ்வாறு வெளிப்பட்ட அம்புகள் அத்தனைப் பிசாசுகளையும் துளைத்து தூக்கியெறிந்தன.

அந்த அஸ்திரத்தின் திறனைக் கண்டுப் பஹ்ரூபியே ஒருகணம் திகைத்துப் போனாள். பின் ஏதோ மந்திரத்தை உச்சரித்து தன் கையில் ஒரு ராட்சத வடிவிலான கதாயுதத்தை தோன்ற செய்தவள், நாராயண அஸ்திரத்தை நோக்கி அதை வீசினாள். ஆனால் அஸ்திரத்திற்கு அருகில் சென்றதும் அந்த கதாயுதம் மறைந்துப் போனது. சிறிது நேரம் கழித்து அவள் வீசிய ஆயுதம் திரும்பி வந்து அவளையே தாக்கியது. பஹ்ரூபி பல அடி தூரம் தூக்கி வீசப்பட்டாள். அவ்வாறு பஹ்ரூபி தாக்கப்பட்டதைக் கண்டு மிரண்டுப் போன மந்தன், மறைவான ஒரு இடம் பார்த்து பதுங்கிக் கொண்டான்.

அந்த வேளையில் நாராயண அஸ்திரத்திலிருந்து வந்த ஒரு சில அம்புகள் பலராமரை தாக்கிக் கொண்டிருந்த

திரிமுகனையும் துளைத்தன. காற்றில் மிதந்து கொண்டிருந்தவன் அம்புகளால் துளைக்கப்பட்டதும் தரையில் சரிந்து விழுந்தான். பின் கோபமாக எழுந்தவன் தன் உடலை துளைத்திருந்த அம்புகளை எல்லாம் பிடுங்கியெறிந்துவிட்டு, ''கிருஷ்ணா!'' என்று கத்திக்கொண்டே பறந்து சென்றான்.

அஸ்திரத்திலிருந்து அம்புகள் வெளிப்படுவது குறைய துவங்கின. நாராயண அஸ்திரம் கொஞ்சம் கொஞ்சமாய் மறைந்துப் போனது. அந்த சூழலைப் பயன்படுத்திக் கொண்ட வீரர்கள், மக்களனைவரையும் ஒரு பாதுகாப்பான இடத்திற்கு அழைத்துச் சென்றனர். சத்திரங்களிலும் சாவடிகளிலும் மக்கள் தங்குவதற்குப் போதிய இடம் இல்லாததால் சிலர் சிவாலயத்திற்கும் வாசுதேவர் மாளிகைக்கும் பாதுகாப்பாக அழைத்துச் செல்லப்பட்டனர்.

பிசாசுகளால் காயப்பட்டிருந்த தாருகனைப் பின்னால் கிடத்திவிட்டு கிருஷ்ணர் அருகிலிருந்த வைத்தியசாலை நோக்கி ரதத்தை வேகமாக செலுத்தினார். அப்பொழுது கிருஷ்ணரை நோக்கிப் பறந்து வந்த திரிமுகன் தன் இரு பெரிய கரங்களால் அவருடைய ரதத்தைப் புரட்டிப் போட்டான். கிருஷ்ணரும் தாருகனும் ரதத்திலிருந்து தூக்கி எறியப்பட்டனர். ரதத்தோடுப் பிணைக்கப்பட்டிருந்த புரவிகள் நான்கும் மிரண்டுப் போய் கயிற்றை அறுத்துக் கொண்டு ஓடின. கீழே விழுந்த கிருஷ்ணர் ஆகாயத்தில் பறந்துக் கொண்டிருந்த திரிமுகனை முறைத்துப் பார்த்தார். திரிமுகன் கீழே விழுந்த கிருஷ்ணரைப் பார்த்து ஏளனமாக நகைத்தான்.

''என்னுடைய கரத்தை அன்று துண்டித்தாயல்லவா! இன்று உன்னுடைய சிரத்தை நான் துண்டிக்கிறேன் பார்!'' என்று கூறிய திரிமுகன் கருடக்கொடி தாங்கிய ரதத்தை தூக்கி கிருஷ்ணரின் மேல் எறிந்தான். கிருஷ்ணர் சட்டென விலகிக் கொண்டார். ஆனால் அவருடைய கால்கள் இரண்டும் ரதத்தின் அடியில் சிக்கிக் கொண்டது. தன் கால்களை வெளியே எடுக்க முடியாமல் கிருஷ்ணர் மிகவும் அவதிப்பட்டார்.

மறுமுனையில் தாருகன் உயிருக்குப் போராடிக் கொண்டிருந்தான்.

கிருஷ்ணரின் நிலையைக் கண்டு திரிமுகன் வாய்விட்டு சிரித்தான். கிருஷ்ணரின் கண்கள் கோபத்தில் சிவந்தது.

திரிமுகன் கீழே இறங்கி அருகிலிருந்த ஒரு பாறையை எடுத்து வந்து கிருஷ்ணரின் மேலெறிய ஓங்கினான். உடனடியாக தன் கண்களை மூடி கரத்தினை உயர்த்தி ஒரு மந்திரத்தை கிருஷ்ணர் உச்சரித்தார். கிருஷ்ணரின் விரல்நுனியில் ஒரு ஒளி தோன்ற துவங்கியது.

அப்பொழுது காற்றைக் கிழித்துக் கொண்டு வந்த ஒரு பிரம்மாண்ட உருவம் திரிமுகனை அடித்துத் தூக்கி வீசியது. அவன் கையில் வைத்திருந்த பாறை அவன் மேலேயே விழுந்தது. கிருஷ்ணர் கண்களை திறந்துப் பார்த்தார். அங்கே கிருஷ்ணரை நோக்கிக் கைக்கூப்பியபடி கருடன் நின்று கொண்டிருந்தார். 'கருடா!', கிருஷ்ணர் தன் கையை உயர்த்தி கருடனை ஆசீர்வதித்தார்.

பாறையை உதறி தள்ளிவிட்டு கோபமாக எழுந்த திரிமுகன், தன் உருவத்தை மறைத்துக் கொண்டு கருடனை தாக்கப் பறந்து வந்தான். ஆனால் அப்பொழுதும் கருடனால் அவனைப் பார்க்க முடிந்தது. சட்டென சரிந்துக் கிடந்த ரதத்தை தூக்கி திரிமுகன் மேலே வீசியெறிந்தார். ரதம் திரிமுகனை அடித்து தூக்கியது; ரதத்தினால் தாக்கப்பட்டவன் பறந்து சென்று அருகிலிருந்த ஒரு மதில் சுவரை உடைத்துக் கொண்டு விழுந்தான். கருடனின் பலத்தைக் கண்டு மிரண்டுப் போன திரிமுகன் அங்கிருந்துப் பறந்து சென்றான். கருடரும் அவனை துரத்திக் கொண்டே பறந்து சென்றார்.

கிருஷ்ணர் உயிருக்குப் போராடிக் கொண்டிருந்த தாருகனை தூக்கி சென்று அருகிலிருந்த வைத்திய சாலையில் சேர்த்தார். அங்கே வைத்து அவனுக்கு வைத்தியம் பார்க்கப்பட்டது. அவன் மட்டுமல்லாமல் வீரர்கள்,

குழந்தைகள், முதியவர்கள் என பல பேர் அங்கே உயிருக்குப் போராடிக் கொண்டிருந்தனர்.

"பிரபு! பிரபு! காப்பாற்றுங்கள் பிரபு!" என்று அந்த வைத்தியசாலையில் இருந்த அத்தனைப் பேரும் கிருஷ்ணரைப் பார்த்து கெஞ்சினர்.

அவர்கள் படும் வேதனையை கண்டு சினமுற்ற கிருஷ்ணர் தன் சாரங்கத்தை தோளில் ஏந்திக்கொண்டு பஹ்ரூபியை தேடி வேகமாக வெளியேறினார்.

அந்த வேளையில் நாராயண அஸ்திரத்தால் தாக்கப்பட்டுக் கிடந்த பிசாசுகள் யாவும் மீண்டும் எழுந்து நடமாட துவங்கின. நகரில் அப்பொழுது தான் மெல்ல மெல்ல அமைதி திரும்பிக் கொண்டிருந்த நிலையில் ஆங்காங்கே மீண்டும் மக்களின் அலறல் சப்தம் எழ துவங்கியது.

நகரின் பிரதான சாலை ஒன்றில் பஹ்ரூபி தன் கோடாரியோடு நடமாடிக் கொண்டிருந்தாள். அப்பொழுது சங்கின் மனைவியான சந்திரவதனி பஹ்ரூபியிடம் சிக்கிக் கொண்டாள். அவள் கழுத்தைப் பிடித்து தூக்கிய பஹ்ரூபி, கோடாரியால் அவள் உடையை கிழித்து வீசினாள். கண்களில் கண்ணீர் வழிய உதவிக்கு யாரும் வரமாட்டார்களா என்னும் ஏக்கத்தோடு சந்திரவதனி தவித்துக் கொண்டிருந்தாள்.

அப்பொழுது கிருஷ்ணரின் சக்ராயுதம் காற்றை கிழித்துக் கொண்டு பஹ்ரூபியை நோக்கி வந்தது. ஆனால் சுதர்சன சக்கரத்தால் பஹ்ரூபியை நெருங்க முடியவில்லை. பஹ்ரூபி அவளுடைய மனோசக்தியால் அதைத் தடுத்து நிறுத்தி விட்டாள்; சக்ராயுதம் நின்ற இடத்திலேயே சுழன்று கொண்டிருந்தது. கிருஷ்ணர் அவளுக்கு நேரெதிரில் நின்றுகொண்டிருந்தார்.

"முதல்முறையாக சந்திக்கிறோம் அல்லவா, கிருஷ்ணா!" என்று கூறிய பஹ்ரூபி, கிருஷ்ணரைப் பார்த்து நகைத்தாள். தன் சக்ராயுதத்தை திரும்ப வாங்கிக் கொண்ட

கிருஷ்ணர், பஹ்ரூபியை முறைத்துப் பார்த்தார். பஹ்ரூபியின் கையில் அகப்பட்டிருந்த சந்திரவதனியின் கண்கள் கிருஷ்ணரை நம்பிக்கையோடுப் பார்த்துக் கொண்டிருந்தன.

"உன் நகரத்தின் நிலைமையை கண்டாயா கிருஷ்ணா?! எத்தனை வருடங்களாக உன்னை இதுபோன்ற ஒரு நிலையில் நிற்க வைக்க வேண்டுமென்று நான் காத்துக் கொண்டிருந்தேன் தெரியுமா? இப்பொழுது தான் எனக்கு ஆனந்தமாக இருக்கின்றது. இனி உன்னுடைய சிம்மாசனம் எனக்கு சொந்தம்; இந்தப் பிசாசுகள் தான் இனி துவாரகாவின் பிரஜைகள்" என்று கூறிய பஹ்ரூபி வெறிப் பிடித்தவள் போல் சிரிக்க துவங்கினாள். அவளுடைய அந்த சிரிப்பு கிருஷ்ணருக்கு இரைச்சலை உண்டாக்கியது.

"பஹ்ரூபி! நான் உனக்கு எச்சரிக்கை விடுக்கிறேன். மரியாதையாக துவாரகாவை விட்டு வெளியேறிவிடு!" என்று கிருஷ்ணர் கூறியதும் பஹ்ரூபி மேலும் சிரிக்க துவங்கினாள்; அவளுடைய சிரிப்பு மிகவும் கோரமாக இருந்தது.

"இல்லையென்றால் என்ன செய்துவிடுவாய் கிருஷ்ணா! என்ன செய்துவிடுவாய்! உன்னுடைய சுதர்சன சக்கரத்தால் கூட என்னை ஒன்றும் செய்ய முடியாதடா!" என்று கோபமாக கூறியவள் சந்திரவதனியின் கூந்தலை வெட்டியெறிந்தாள்.

கிருஷ்ணர் பஹ்ரூபியின் மேல் பிரம்மாஸ்திரத்தை உபயோகிக்க முயன்றார். ஆனால் அவளிடம் சந்திரவதனியும் இருந்ததால் அத்திட்டத்தை கைவிட்டார்.

"உன் நாட்டை சார்ந்த ஒரு கர்ப்பிணிப் பெண்ணை உன் கண் முன்னாலேயே இப்பொழுது கொல்லப் போகிறேன்; உன்னால் என்ன செய்ய முடியும்" என்று சவால்விட்ட பஹ்ரூபி, சந்திரவதனியை கீழே தள்ளி காலால் அவள் வயிற்றை எட்டி மிதித்தாள். சந்திரவதனி வலி தாங்க முடியாமல் அலறினாள்.

"வேண்டாம் பஹ்ரூபி!", கிருஷ்ணர் தன் சாரங்கத்தை நாணேற்றினார்.

அவளுடைய கோடாரியால் சந்திரவதனியின் கழுத்தை பஹ்ரூபி கரகரவென அறுக்க துவங்கினாள்.

அப்பொழுது பின்னாலிருந்து வந்த ஒரு கதாயுதம் பஹ்ரூபியின் தலையில் ஓங்கி அடித்தது. பஹ்ரூபி கோபமாக திரும்பிப் பார்த்தாள். அங்கே கதாயுதத்தைப் பிடித்துக் கொண்டு பலராமர் நின்றிருந்தார்.

"அவளை அழைத்து செல், கிருஷ்ணா!" என்ற பலராமர் மீண்டும் பஹ்ரூபியின் மண்டையை தாக்கினார். பஹ்ரூபி தலையை பிடித்துக் கொண்டு கீழே சரிந்தாள்.

கிருஷ்ணர் சந்திரவதனியின் உடலை ஒரு துணியால் போர்த்தி அங்கிருந்து தூக்கி சென்றார்.

பஹ்ரூபியின் நெற்றியிலிருந்து கருப்பு நிறத்தில் உதிரம் வழிந்தது. உதிரத்தை துடைத்துக் கொண்டுப் பலராமரை நோக்கி சீறியெழுந்த பஹ்ரூபி, தன் கோடாரியை தூக்கி வீசினாள். லாவகமாக விலகிக் கொண்ட பலராமர் மீண்டும் பஹ்ரூபியை தாக்க முயன்றார். சட்டென பலராமரின் கதையை தடுத்து நிறுத்தியவள் அவருடைய மார்பில் எட்டி உதைத்தாள்; பஹ்ரூபி அவ்வாறு உதைத்ததும் பலராமர் பறந்துப் போய் விழுந்தார்.

அப்பொழுது அந்த சாலையில் மதம் பிடித்த ஒரு யானை பிளறிக்கொண்டே பலராமரை நோக்கி வந்தது. சுதாரித்துக் கொண்ட பலராமர் எழுந்து நின்று தன் முழு பலத்தையும் பிரயோகித்து அந்த யானையின் துதிக்கையை பிடித்து அதைப் பஹ்ரூபியின் மேலே தூக்கி வீசினார். அந்த யானை பஹ்ரூபியின் மேலே விழுந்து அவளை நசுக்கி தள்ளியது. நீண்ட நேரம் போராடிய பஹ்ரூபி, அந்த யானையின் தந்தத்தை கையாலேயே உடைத்து அதன் தந்தத்தைக் கொண்டே யானையின் வயிற்றைக் கிழித்துக் கொன்றாள்.

இறந்துப் போன யானையை புரட்டித் தள்ளிவிட்டு அவள் எழுந்துப் பார்த்தப் போது அங்கே பலராமரை காணவில்லை.

மறுபக்கம் சந்திரவதனியை தூக்கிக்கொண்டு கிருஷ்ணர் வைத்தியசாலைக்கு ஓடிக் கொண்டிருந்தார். அவளுடைய கழுத்திலிருந்து இரத்தவெள்ளம் பெருக்கெடுத்து ஓடியது.

"சிறிது நேரம் தான் பெண்ணே! பொறுத்துக்கொள்! வைத்திய சாலை அருகில் தான் உள்ளது", கிருஷ்ணர் ஒரு புரவியின் வேகத்திற்கு ஈடுகொடுத்து ஓடினார்.

ஆனால் வைத்திய சாலையை அடையும் முன்னே அவளுடைய உயிர் பிரிந்துவிட்டது. அதுவரையில் கிருஷ்ணரை நம்பிக்கையோடு பார்த்துக் கொண்டிருந்த விழிகள் உயிரற்றுப் போயின. அவளுடைய உயிர் பிரிந்துவிட்டதையறிந்த கிருஷ்ணர், சந்திரவதனியின் பிரேதத்தை அங்கேயே தரையில் கிடத்தினார்.

"என்னை மன்னித்துவிடு பெண்ணே!", கிருஷ்ணர் அவளுடைய உடலின் அருகே கண்ணீர் சிந்தி அழுதார். பின் அவள் உடலை அங்கேயே விட்டுவிட்டு கிருஷ்ணர் திரும்ப சென்றார். அவருடைய இதயம் ரணமாய் கனத்தது.

அவர் பார்த்துப் பார்த்து உருவாக்கிய நகரம் கொஞ்சம் கொஞ்சமாய் தகர்ந்துக் கொண்டிருந்தது. பஹ்ரூபி அனுப்பிய பிசாசுகள் மக்களை கொன்று குவித்துக் கொண்டிருந்தன. திரும்பிய பக்கமெல்லாம் 'காப்பாற்றுங்கள்...காப்பாற்றுங்கள்' என்ற மக்களின் ஓலம் கேட்டுக்கொண்டே இருந்தது. என்ன செய்வதென்று தெரியாமல் கிருஷ்ணர் தடுமாறினார். எத்தனை முறை கொன்றாலும் இந்தப் பிசாசுகள் வந்துக் கொண்டே தான் இருக்கும் என்பதை அவர் புரிந்து கொண்டார்.

அப்பொழுது "தவறு செய்துவிட்டாய் கிருஷ்ணா! தவறு செய்துவிட்டாய்" கிருஷ்ணரின் வழியில் கிருஷ்ணரின் உருவிலேயே மந்தன் வந்து நின்றான்.

மந்தன் கிருஷ்ணரைப் பார்த்து நகைத்தான். கிருஷ்ணர் அவனைப் பதிலுக்கு சுட்டெறித்துவிடுவதுப் போல் பார்த்தார்.

"நீ நேற்று எங்களுடைய இடத்திற்கு வந்திருக்கக் கூடாது; எங்களுடைய இடத்திற்கே வந்து எங்களையே ஏமாற்றி சென்றாயல்லவா! அதன் விளைவை தான் இப்பொழுது சந்தித்துக் கொண்டிருக்கிறாய். எப்படியும் பொழுது விடிவதற்குள்ளாக உன் தாய், தந்தை, மனைவி, மக்கள் அனைவரையும் பஸ்ரூபி கொன்றுவிடுவாள். இனி காலம் முழுவதும் நீ அழுதுகொண்டே இருக்க வேண்டியது தான்" என்று மந்தன் கூறியதும் கிருஷ்ணரின் இரத்தநாளங்கள் கோபத்தில் புடைத்தன.

கிருஷ்ணர் தன் முஷ்டியை மடக்கிக் கொண்டு விரைந்துப் போய் அவன் முகத்தை தாக்க முயற்சித்தார். ஆனால் மந்தனை நெருங்கி சென்றதும் அவன் நின்றிருந்த இடத்திலிருந்து மாயமாய் மறைந்துப் போனான். அவ்வாறு அவன் மறைந்துப் போனதும் கிருஷ்ணர் குழப்பமுற்றார்.

"அங்கே இல்லை கிருஷ்ணா! பின்னால் பார்" என்ற மந்தனின் பேச்சைக் கேட்டு கிருஷ்ணர் பின்னால் திரும்பியதும் சட்டென ஒரு கம்பத்தால் அவன் கிருஷ்ணரை தாக்கினான். கிருஷ்ணரின் நெற்றியிலிருந்து இரத்தம் வழிந்தோடியது. மந்தன் மீண்டும் மறைந்துப் போனான்.

"என்ன கிருஷ்ணா? இவ்வளவு தான் உன்னுடைய வலிமையா! நான் உன்னிடமிருந்து அதிகமாக எதிர்ப்பார்க்கிறேன். என்னை ஏமாற்றி விடாதே!" என்று கூறிய மந்தன் கிருஷ்ணருக்கு முன்னால் தோன்றினான். கிருஷ்ணர் அவனை தாக்க முன்னேறினார். அதற்குள்ளாக மந்தன் மறைந்து விட்டான்.

"உன் மக்களின் அலறலைக் கேட்டாயா கிருஷ்ணா?! நீ இன்னும் எத்தனை அஸ்திரங்களை எய்தாலும் சரி; இன்று துவாரகா அழிவது உறுதி" என்று கூறிய மந்தன்

கிருஷ்ணருக்குப் பின்னால் மறைந்து தோன்றினான். கிருஷ்ணர் பின்னால் திரும்பி அவனைப் பார்த்ததும் கிருஷ்ணரை நோக்கி மந்தன் புன்னகைத்தான். அப்பொழுது கிருஷ்ணரின் முகத்தில் கோப உணர்ச்சி மறைந்து ஒரு விஷமப் புன்முறுவல் படர்ந்தது.

"எதற்காக நகைக்கிறாய்?" என்றான் மந்தன்.

"உனக்குப் பின்னால் பார், மந்தா!" என்று கிருஷ்ணர் கூறியதைக் கேட்டுப் பின்னால் திரும்பிப் பார்த்த மந்தன் அதிர்ந்துப் போனான்.

அப்பொழுது கிருஷ்ணர் அவனுக்குப் பின்னால் நின்று கொண்டிருந்தார். சட்டென அவன் முன்னால் திரும்பினான். அங்கேயும் கிருஷ்ணர் நின்றிருந்தார். மந்தனுடைய முகத்தில் சிரிப்பு மறைந்து பதற்றம் எழுந்தது. கிருஷ்ணர் தன்னுடைய தோற்றத்தை விரிவுப்படுத்திக் கொண்டே இருந்தார். அவனை சுற்றி எல்லா இடங்களிலும் கிருஷ்ணர் தோன்றினார். கிருஷ்ணரின் உருவிலிருந்த மந்தனை சுற்றி நூற்றுக்கணக்கான கிருஷ்ணர்கள் நின்றுகொண்டிருந்தனர். மந்தன் அவ்விடத்தினின்று மறைய முயற்சித்தான். கிருஷ்ணர் அதற்குள்ளாக அவனை சுற்றி ஒரு மாய வளையத்தை உருவாக்கிவிட்டிருந்தார். அதனால் அவன் தப்ப முடியவில்லை.

"வேண்டாம்! வேண்டாம்" என்று மந்தன் அலறினான். அத்தனை கிருஷ்ணர்களும் சிரித்தபடியே அவனை வலம்வர துவங்கினர். மந்தனுக்கு தலை சுற்றியது.

"என்ன மந்தா! உன்னுடைய எதிர்ப்பார்ப்புகளை நான் சரியாகப் பூர்த்தி செய்கிறேனா?", மந்தனால் எதுவும் பேச முடியவில்லை. அவனுடைய கிருஷ்ண வேஷம் களைந்து உண்மையான தோற்றம் வெளிப்பட்டது.

"போதும்! விட்டுவிடு! என்னை விட்டுவிடு", அவன் திரும்பிய பக்கமெல்லாம் கிருஷ்ணரின் முகம் தான் தெரிந்தது.

அப்பொழுது, "கிருஷ்ணா!" என்று கத்திக்கொண்டே பலராமர் அங்கே விரைந்து வந்தார். பலராமரின் குரல் கேட்டதும் எல்லா கிருஷ்ணர்களும் அவருக்கு வழிவிட்டு ஒதுங்கினர். அங்கே அத்தனை கிருஷ்ணர்களுக்கும் மத்தியில் நின்று கொண்டிருந்த மந்தனை நோக்கி வேகமாக வந்த பலராமர், தன்னுடைய கதாயுதத்தால் அவனது நெற்றியில் ஓங்கி அடித்தார். மந்தன் திருகியடித்துக் கொண்டு விழுந்தான்; அவனுக்குப் பிரபஞ்சமே ஸ்தம்பித்துவிட்டதுப் போல் இருந்தது.

மந்தன் மயங்கி விழுந்ததும் கிருஷ்ணர் பழைய நிலைக்கே திரும்பிக் கொண்டார். கிருஷ்ணரும் பலராமரும் ஒருவரை ஒருவர் பார்த்து ஏதோ சமிக்ஞை செய்து கொண்டனர். பின் மந்தனை அங்கேயே விட்டுவிட்டு இருவரும் பஹ்ரூபியை நோக்கி ஓடினர்.

பற்றி எரிந்துக் கொண்டிருந்த கட்டிடங்களை தாண்டிக் குதித்த கிருஷ்ணரும் பலராமரும் பஹ்ரூபியை வதம் செய்வதற்காக சென்றனர். வழியில் குறுக்கிட்ட பிசாசுகளையெல்லாம் பலராமர் தடுத்து நிறுத்தினார். கிருஷ்ணர் எங்கேயும் நிற்காமல் நேராக பஹ்ரூபியை நோக்கி ஓடினார்.

நகரின் மேற்கு எல்லையில் வலம் வந்துக் கொண்டிருந்த பஹ்ரூபி, அவள் கையில் சிக்கிய ஒரு குழந்தையின் கழுத்தை அழுத்திக் கொல்ல முயற்சித்துக் கொண்டிருந்தாள். அந்த குழந்தையின் தாய் பஹ்ரூபியின் காலைப் பிடித்துக் கெஞ்சிக் கொண்டிருந்தாள். அப்பொழுது எங்கிருந்தோ வந்த ஒரு அம்பு அவள் கரத்தை துளைத்தது. வலியில் பஹ்ரூபி அலறினாள். அவள் பிடியிலிருந்த குழந்தை நழுவிக்கொண்டது. அம்பு வந்த திசையை நோக்கி அவள் திரும்பினாள். அங்கே தன் சாரங்கத்தைப் பிடித்துக்கொண்டு கிருஷ்ணர் நின்றிருந்தார்.

"வந்துவிட்டாயா கிருஷ்ணா?" என்றவள் கிருஷ்ணரைப் பார்த்து நகைத்தாள்.

"நீ என்னுடைய பொறுமையை சோதித்துவிட்டாய் பஷ்ரூபி! இன்று தான் உன் வாழ்வின் இறுதி நாள்; இந்த உலகம் பார்த்ததிலேயே உன்னுடைய மரணம் தான் கொடுமையானதாக இருக்கப் போகிறது", கிருஷ்ணர் தன் கரத்தை உயர்த்தி கண்களை மூடி ஒரு மந்திரத்தை உச்சரித்தார். அவருடைய விரல் நுனியில் ஒரு ஒளி தோன்றி மறைந்தது. மறுகணமே அவர் கரத்தில் சக்ராயுதம் சுழன்று கொண்டிருந்தது.

கிருஷ்ணர் தன்னுடைய சுதர்சனத்தை வானத்தில் செலுத்தினார். வானத்தில் ஏதோ பெரிய பிளவு ஏற்பட்டுவிட்டதுப் போல் சப்தம் எழுந்தது. அந்த சப்தத்தைக் கேட்டதும் எல்லோரும் அதிர்ந்துப் போயினர். எல்லோருடைய கண்களுக்கும் வானில் ஏதோ பெரிய மின்னல் தோன்றி மறைந்ததுப் போல் இருந்தது. ஆனால் வானில் இறங்கிய சக்கரம் கொஞ்சம் கொஞ்சமாய் விரிந்து ஒரு பெரிய வளையம் போல் ஆனது.

அந்த வளையத்தினுள்ளே பதினாறு கைகளிலும் ஆயுதம் ஏந்தியபடி சுதர்சனர் நின்றுகொண்டிருந்தார். அவருக்குப் பின்னால் நரசிம்மர் உக்கிரமாக நின்றுகொண்டிருந்தார். யாருடைய கண்களுக்கும் அவர்கள் தெரியவில்லை; ஆனால் பஷ்ரூபியால் மட்டும் எல்லாவற்றையும் தெளிவாகக் காண முடிந்தது.

"வேண்டாம்! வேண்டாம்!" என்று பஷ்ரூபி அலறினாள்.

"நான் முன்னரே உன்னை எச்சரித்தேன் பஷ்ரூபி! ஆனால் நீ கேட்கவில்லை", கிருஷ்ணரின் இதழ்களில் ஒரு விஷமப் புன்முறுவல் படர்ந்தது.

வளையத்திற்குள்ளே இருந்து வெளியே வந்த சுதர்சனர், தன்னுடைய ஆயுதங்களால் அத்தனை பிசாசுகளின் சூட்சும

சரீரத்தையும் கிழித்தெறிந்தார். ஒரு சில நிமிடங்களுக்குள்ளாக அத்தனைப் பிசாசுகளும் சரிந்து விழுந்தன. திடீரென எல்லா பிசாசுகளும் அவ்வாறு சரிந்து விழுவதைக் கண்ட துவாரகாவாசிகள் குழப்பமடைந்தனர்.

"பிரபு! இங்கே என்ன நிகழ்கிறது?" என்று படைத்தலைவன் ஒருவன் உத்தவரை நோக்கிக் கேள்வியெழுப்பினான்.

சிறிது நேரம் சிந்தித்த உத்தவர், "கிருஷ்ணரின் வேலையாக தான் இருக்க வேண்டும்" என்று கூறிவிட்டு அந்தப் படைத்தலைவனை நோக்கிப் புன்னகைத்தார்.

நகரினுள்ளே நடமாடிக்கொண்டிருந்த பிசாசுகள் அனைத்தும் உயிரற்று விழுந்தன. மறுபக்கம் வளையத்தினுள்ளே நின்று கொண்டிருந்த நரசிம்மர், பஹ்ரூபியை நோக்கிக் கர்ஜித்தார். அவருடைய கர்ஜனையை கேட்டதும் பஹ்ரூபியின் சப்த நாளங்களும் அடங்கிப் போயின.

வளையத்தினுள்ளே இருந்து வெளியே குதித்த நரசிம்மர் கர்ஜித்தபடியே பஹ்ரூபியை நோக்கி ஓடினார். மிரண்டுப் போன பஹ்ரூபி அங்கிருந்து தப்பியோட முயற்சித்தாள். அதற்குள்ளாக அவளை விரட்டிப் பிடித்த நரசிம்மர், பஹ்ரூபியை தன் மடியில் கிடத்தி அவளுடைய சூட்சும சரீரத்தோடு சேர்த்து ஸ்தூல சரீரத்தையும் கிழித்து வீசினார். பஹ்ரூபி இரண்டு துண்டங்களாக பூமியில் விழுந்தாள். சூட்சும சரீரம் கிழிந்துவிட்டதால் அவளுடைய உயிர் வெளியேறவும் முடியாமல் உள்ளேயும் இருக்க முடியாமல் அலைமோதியது.

பஹ்ரூபியின் மரண ஓலத்தைக் கேட்டுக் கண்விழித்த மந்தன், அருகிலிருந்த பிசாசுகள் அனைத்தும் உயிரற்றுக் கிடப்பதைக் கண்டதும் நிலைமையை ஒருவாறு ஊகித்துக் கொண்டான். இனி இங்கே இருப்பது அபாயத்தை

விளைவிக்கக்கூடும் என்று உணர்ந்துகொண்டவன் உடனடியாக அங்கிருந்து மறைந்துப் போனான்.

நீண்ட நேரத்திற்குப் பிறகு துவாரகாவில் ஒரு முழுமையான அமைதி குடிப்பெயர்ந்தது. ஒரு பலத்த மழைப் பெய்ந்து ஓய்ந்ததைப் போல் இருந்தது. துவாரகாவின் பிரஜைகள் அனைவரும் ஒரு நிம்மதிப் பெருமூச்செறிந்தனர். ஆங்காங்கே சிலர் இறந்துப் போன தங்களின் உற்றார் உறவினர் உடலைக் கட்டியணைத்துக் கொண்டு கதறி அழுதனர்.

சுதர்சனர் மறைந்தார். நரசிம்மர் மறைந்தார். அவர்களோடு சேர்த்து சக்ராயுதமும் மறைந்தது. கிருஷ்ணர் மட்டும் அங்கே நின்று கொண்டிருந்தார்.

தன்னுடைய மந்திர சக்தியை பயன்படுத்திய கிருஷ்ணர், அன்று இறந்துப் போன தன் பிரஜைகளை எல்லாம் உயிர்ப்பெற்றெழுச் செய்தார். நிகழ்வதை எல்லாம் கவனித்த பலராமர் கிருஷ்ணரை தேடி ஓடினார். இரண்டாய் பிளக்கப்பட்ட பஹ்ரூபியின் பிணத்திற்கு முன்னால் கிருஷ்ணர் நின்றிருந்தார். கிருஷ்ணரை கண்டதும் பலராமர் புன்னகைத்தார். கிருஷ்ணரும் பலராமரைப் பார்த்துப் புன்னகைத்தார். இருவரின் புன்னகையிலும் எதையோ சாதித்துவிட்ட ஒரு உணர்வுப் பிரதிபலித்தது.

உயிர்ப்பிழைத்த மக்களனைவரும் கிருஷ்ணரை தேடி வந்து கைக்கூப்பி வணங்கினர். காலை பொழுது விடிந்தது. சூரியனின் கிரணங்கள் பட்டதும் இறந்துக் கிடந்தப் பிசாசுகள் யாவும் காற்றில் கரைந்துப் போயின. வானில் நின்று கொண்டிருந்த சூரியனை நோக்கி கிருஷ்ணர் புன்னகைத்தார். அப்பொழுது ஒரு மெல்லிய தென்றல் கிருஷ்ணரின் முகத்தை வருடிவிட்டு சென்றது.

அன்றிரவு நிகழ்ந்த சம்பவங்களை எல்லாம் ஒரு துர்சொப்பனமாக நினைத்துக் கொண்டு துவாரகா கொஞ்சம் கொஞ்சமாய் இயல்பு நிலைக்கு திரும்பியது.

அத்தியாயம் : 27

இந்திரப்பிரஸ்தம்

சில மாதங்கள் கடந்தன. அன்று நகரைவிட்டு வெளியேறிய துவாரகாவாசிகள், நகரில் நிகழ்ந்த சம்பவங்களை எல்லாம் கேள்விப்பட்ட பின் கொஞ்சம் கொஞ்சமாய் திரும்பி வர துவங்கியிருந்தனர். அந்த பௌர்ணமி இரவன்று நிகழ்ந்த தாக்குதலின் விளைவாய் நிறைய வீடுகளும் மாளிகைகளும் சிதிலமடைந்துப் போயின. உத்தவரின் தலைமையில் அவற்றையெல்லாம் மறுசீரமைக்கும் பணி மிக தீவிரமாக நடந்து கொண்டிருந்தது.

காட்டிற்குள்ளே பஃரூபி தங்கியிருந்த இடம் முற்றிலுமாக தகர்க்கப்பட்டு அந்த இடத்தை எப்பொழுதும் கண்காணித்துக் கொண்டே இருப்பதற்காக சில ஒற்றர்கள் நியமிக்கப்பட்டனர்.

இதற்கிடையில் பாஞ்சால தேசத்தில் திரௌபதியின் சுயம்வரம் நடைப்பெற்றது. அந்த சுயம்வரத்தில் கிருஷ்ணரும் சிறப்பு விருந்தினராக கலந்து கொண்டார். சுயம்வரத்திற்கு மாறுவேடத்தில் வருகைப்புரிந்திருந்த பஞ்ச பாண்டவர்களை கிருஷ்ணர் கண்டுகொண்டார். சுயம்வரத்தில் அர்ஜுனன் வெற்றிப் பெறவே பாண்டவர்கள் ஐவரும் திரௌபதியை மணந்து கொண்டனர். இதன் வாயிலாக பாண்டவர்கள் இன்னும் உயிரோடு தான் இருக்கின்றனர் என்னும் செய்தி காட்டுத்தீயாய் எல்லா இடங்களிலும் பரவியது. விஷயம் அறிந்த கௌரவர்கள் அதிர்ந்துப் போயினர். திருமணம் முடிந்த சில நாட்களுக்குப் பிறகு, குந்தி தேவியையும் பாஞ்சாலியையும் அழைத்துக் கொண்டு பாண்டவர்கள் ஐவரும் ஹஸ்தினாபுரத்திற்கே திரும்பினர்.

பாண்டவர்கள் ஹஸ்தினாபுரத்திற்கு திரும்பிவிட்ட செய்தியை தன் ஒற்றனின் வாயிலாக விதுரர் கிருஷ்ணருக்கு அனுப்பி வைத்தார். செய்தி அறிந்ததும் அவர்களைப் பார்த்துவிட்டு வரவேண்டுமென்று கிருஷ்ணர் முடிவுசெய்தார்.

அந்த செய்தியை வாசுதேவரிடம் தெரிவிக்க வேண்டுமென நினைத்த கிருஷ்ணர், நேரடியாக வாசுதேவரின் மாளிகைக்கு சென்றார். கிருஷ்ணர் சென்றிருந்த வேளையில் வாசுதேவர் ஓய்வெடுத்துக் கொண்டிருந்தார்.

"தந்தையே!"

"வா கிருஷ்ணா!"

"தங்களிடம் ஒரு முக்கியமான விஷயத்தை தெரிவிக்க வேண்டும்."

"என்ன கிருஷ்ணா?" என்ற வாசுதேவரின் கேள்வியில் ஆர்வம் மிகுந்திருந்தது.

"பாண்டவர்கள் ஹஸ்தினாபுரத்திற்கு திரும்பிவிட்டனர் தந்தையே! நான் சாத்யகியோடு சென்று அவர்களை ஒருமுறைப் பார்த்துவிட்டு வருகிறேன்" என்று கிருஷ்ணர் கூறியதும் வாசுதேவரின் முகம் மலர்ந்தது.

"மிகவும் மகிழ்ச்சியான செய்தி கிருஷ்ணா! பஞ்ச பாண்டவர்கள் இறந்துவிட்ட செய்தியை கேட்டதும் நான் உடைந்துப் போய் இருந்தேன். அவர்கள் இன்னும் உயிரோடு தான் இருக்கின்றனர் என்று நீ அன்று உரைத்தப் பிறகு தான் நான் நிம்மதி அடைந்தேன். அந்தப் பரம்பொருள் தான் அவர்களுக்கு துணையாக இருக்கவேண்டும்" என்று கூறிய வாசுதேவர் பாண்டவர்களுக்காகவும் அவருடைய தங்கைக்காகவும் ஒருகணம் வேண்டிக்கொண்டார்.

"சரி கிருஷ்ணா! நீ சென்று அவர்களை ஒருமுறைப் பார்த்துவிட்டு வா."

"சரி தந்தையே!", கிருஷ்ணர் புறப்பட்டார்.

"கிருஷ்ணா!" என்று கூறிய வாசுதேவர் வெளியே சென்றவரை தடுத்தார்.

"உன்னிடம் ஒன்று சொல்ல வேண்டும்."

"சொல்லுங்கள்! என்ன விஷயம்?"

"நேற்றிரவு கனவில் நான் பகவான் விஷ்ணுவை கண்டேன் கிருஷ்ணா!", வாசுதேவரின் கண்கள் மின்னியது.

"நல்ல விஷயம் தான்", கிருஷ்ணர் புன்னகைத்தார்.

"என் மனதில் ஒன்று தோன்றுகிறது!"

"சொல்லுங்கள் தந்தையே!"

"துவாரகாவின் மேற்கு எல்லையில் கடற்கரையோரமாக நூறடி உயரத்தில் ஒரு பிரம்மாண்டமான மகாவிஷ்ணு சிற்பத்தை ஸ்தாபிக்க வேண்டும் கிருஷ்ணா! இது என்னுடைய நீண்ட நாள் ஆசை!" என்று வாசுதேவர் கூறினார்.

"ஆகட்டும் தந்தையே! நான் உத்தவரிடம் அதற்கான ஏற்பாடுகளை தொடங்க சொல்கிறேன்."

"சரி கிருஷ்ணா!"

கிருஷ்ணர் வாசுதேவரிடமிருந்து விடைப்பெற்றார்.

பிரம்மாண்டமான மகாவிஷ்ணு சிற்பத்தை துவாரகாவின் கடற்கரையில் ஸ்தாபிக்கும் திட்டத்தைப் பற்றி கிருஷ்ணர் உத்தவரிடம் எடுத்துக் கூறினார். உத்தவரும் அதற்கான ஏற்பாடுகளை அன்றே துவங்கினார்.

நீண்ட நாட்கள் பஸ்ரூபியின் பிடியில் அகப்பட்டுக் கிடந்ததால் சாத்யகி மனதளவில் கொஞ்சம் பாதிக்கப்பட்டிருந்தான். அவனை சிறிது வெளியே அழைத்துச் செல்லலாம் என்று முடிவு செய்த கிருஷ்ணர், பாண்டவர்களை

காண அவனையும் அழைத்துக் கொண்டு ஹஸ்தினாபுரத்திற்குப் புறப்பட்டுச் சென்றார்.

சில நாள் பயணத்திற்குப் பிறகு கிருஷ்ணரும் சாத்யகியும் ஹஸ்தினாபுரம் அடைந்தனர். அப்பொழுது வசந்தகாலம் துவங்கிவிட்டிருந்தது. செடி கொடி மரம் என எல்லா இடங்களிலும் பூக்கள் பூத்துக் குலுங்கின. அவற்றின் அழகையெல்லாம் ரசித்துப் பார்த்தபடியே கிருஷ்ணர் சென்று கொண்டிருந்தார். சென்ற முறை வந்ததற்கும் இந்த முறை வந்ததற்கும் ஹஸ்தினாபுரத்தில் நிறைய மாற்றங்கள் தென்பட்டன. பாண்டவர்களின் வருகையால் மக்கள் அனைவரும் இன்புற்றிருந்தனர். எல்லா வீதிகளிலும் மக்களின் நடமாட்டம் அதிகமாக இருந்தது. ஹஸ்தினாபுரத்தின் மக்கள் அன்று தங்களுடைய அன்றாட வாழ்க்கையை ஆனந்தமாக நகர்த்திக் கொண்டிருந்தனர். எல்லாவற்றையும் கவனித்தபடியே சென்ற கிருஷ்ணர் தன் ரதத்தை நேராக பாண்டவர்களின் மாளிகைக்கு செலுத்தினார்.

கிருஷ்ணர் வருவதைக் கண்டுகொண்ட பாண்டவர்கள் பெருமகிழ்ச்சியோடு வெளியே ஓடிவந்து அவரையும் சாத்யகியையும் வரவேற்றனர். பின் இருவரையும் உள்ளே அழைத்துச் சென்று அமர்வதற்கு ஆசனமளித்தனர். அவர்களுடைய மாளிகை மிகவும் எளிமையானதாக இருந்தது.

"கிருஷ்ணா! என்னுடைய தமையன் எப்படி இருக்கிறார்?" என்று குந்திதேவி வாசுதேவரை நலம் விசாரித்தார்.

"நலமாக இருக்கிறார், அத்தை" என்று கூறிய கிருஷ்ணர் அங்கே அமைதியாக நின்று கொண்டிருந்த திரௌபதியை பார்த்து, "நலமா திரௌபதி?" என்று கேள்வியெழுப்பினார்.

"நலம் கிருஷ்ணரே!" என்று கூறிய திரௌபதி புன்னகைத்தாள்.

பின் திரௌபதி பலவகையான பலகாரங்களை கொண்டு வந்து கிருஷ்ணரின் முன் வைக்கவே அவர் அனைத்தையும் சுவைத்து ரசித்தார்.

"தாங்களும் நாங்கள் உண்மையாகவே உயிரிழந்துவிட்டதாக நினைத்துவிட்டீர்களா, கிருஷ்ணரே?!" என்று சகாதேவன் வினாவெழுப்பினான்.

"முதலில் செய்தி அறிந்தபோது அதிர்ச்சியாக தான் இருந்தது. ஆனால் எப்படியும் நீங்கள் தப்பியிருப்பீர்கள் என்று என் உள்ளுணர்வு கூறியது. விதுரரும் அதையே உறுதி செய்தார். என்ன செய்வது! நான் இயற்றிய நாடகத்தில் நானே நடித்தாக வேண்டிய கட்டாயம்! நடித்துத் தானே ஆக வேண்டும். ஆனால் கௌரவர்கள் தான் பாவம்! நீங்கள் திரும்பி வந்த செய்தியைக் கேட்டு உடைந்துப் போய் இருப்பார்கள்" என்று கிருஷ்ணர் கூறியதும் பாண்டவர்கள் ஐவரும் வாய்விட்டு சிரித்தனர்.

பின் அனைவரும் நேரம் போவது தெரியாமல் உரையாடிக் கொண்டிருந்தனர்.

"வாரணவதத்தில் நாங்கள் தங்கியிருந்த மாளிகை அரக்கினால் வடிவமைக்கப்பட்டிருந்தது. நல்லவேளையாக விதுரர் ஒரு ஒற்றனின் மூலமாக எங்களை முன்னரே எச்சரித்தார். இல்லையென்றால் அன்றிரவு நாங்களனைவரும் தீக்கிரையாகி இருப்போம். இப்பேற்பட்ட எண்ணம் கொண்ட கௌரவர்களிடமிருந்து இராஜ்ஜியத்தை எதிர்ப்பார்ப்பது எங்களுடைய முட்டாள்தனம் தான். அதனால் நாங்களே புதிதாய் ஒரு நகரை கட்டமைத்து அதை ஆட்சி செய்யலாம் என்றிருக்கிறோம்" என்று யுதிஷ்டிரர் கிருஷ்ணரிடம் கூறினார்.

"நல்ல திட்டம் தான்! ஆனால் ஜராசந்தனைப் போல் பல பேரை நம் எதிர்க்க வேண்டி வரும்" என்று கிருஷ்ணர் தன் கருத்தை வெளியிட்டார்.

"எத்தனைப் பேர் எதிர்த்தாலும் நான் ஒருவனே தனியாளாக அத்தனைப் பேரையும் துவம்சம் செய்வேன் கிருஷ்ணா!" என்று பீமன் கூறினார்.

"மகத நாட்டு ஜராசந்தனை அவ்வளவு எளிதாக வென்றுவிட முடியாது பீமன் அண்ணா! போதாக்குறைக்கு அவன் பல சிற்றரசுகளை வீழ்த்தி அவன் நாட்டை விரிவுபடுத்தி வைத்திருக்கிறான்" என்று கிருஷ்ணர் கூறினார்.

"அப்படியென்றால் அவனை வெல்லவே முடியாது என்கிறாயா, கிருஷ்ணா?" என்று அர்ஜுனன் வினவினான்.

"அப்படியில்லை அர்ஜுனா! அவன் நம் வழியில் குறுக்கிடாத வரையில் எந்தப் பிரச்சனையும் இல்லை. அப்படியே அவன் குறுக்கிட்டாலும் சரியான வியூகம் அமைத்தால் அவனை நம்மால் வெல்ல முடியும்."

"அது சரி கிருஷ்ணா! யார் வந்துத் தடுத்தாலும் அவர்களை எங்களால் எதிர்த்துவிட முடியும். நீயும் எங்களுக்குப் பக்கபலமாக நிற்கிறாய். இப்பொழுது எங்களுடைய தேவை என்னவென்றால் ஒரு புதிய நகரை கட்டமைக்க வேண்டும். அதற்கு உன்னுடைய உதவி எங்களுக்கு தேவை" என்று யுதிஷ்டிரர் கூறினார்.

யுதிஷ்டிரர் அவ்வாறு கூறியதும் கிருஷ்ணர் கண்ணை மூடி ஒரு மந்திரத்தை உச்சரித்தார். அப்பொழுது அந்த அறையில் ஒரு ஒளி தோன்றி மறைந்தது. அதன் பிரகாசம் எல்லோருடைய கண்களையும் கூசச் செய்தது. மறுகணமே அங்கு தேவர்களின் சிற்பியான விஸ்வகர்மா தோன்றினார்.

"பிரபு!", விஸ்வகர்மா கிருஷ்ணரை கைக்கூப்பி வணங்கினார்.

பாண்டவர்கள் ஐவரும் விஸ்வகர்மாவை வணங்கி மரியதை செலுத்தினர்.

"தேவர்களின் சிற்பியே! யமுனையின் கரையோரமாக அமைந்துள்ள கந்தர்வ வனத்தில் பாண்டவர்களுக்காக தாங்கள் ஒரு பிரம்மாண்டமான நகரை உருவாக்கி தர வேண்டும். அந்த நகரத்தின் கட்டமைப்பு இந்திரலோகத்தை போல் பிரம்மாண்டமானதாக இருக்க வேண்டும்" என்று கிருஷ்ணர் கூறினார்.

"ஆனால் பிரபு! அந்த வனம் முழுவதும் மரங்களும் புதர்களும் நிரம்பிக் கிடக்கின்றதே!" என்று விஸ்வகர்மா கூறினார்.

"அதைப் பற்றி தாங்கள் கவலைப்பட வேண்டாம். நான் அவ்விடத்தை சுத்தம் செய்து தருகிறேன். தாங்கள் தங்களுடைய பணிகளை தொடங்குங்கள்!"

"உத்தரவு பிரபு!" என்று கூறிய விஸ்வகர்மா அங்கிருந்து மறைந்தார்.

அவர் மறைந்த பின்பு பாண்டவர்கள் ஐவரையும் திரும்பிப் பார்த்த கிருஷ்ணர், "தங்களுடைய குறை தீர்ந்ததல்லவா?" என்று கேள்வியெழுப்பினார்.

பாண்டவர்கள் ஐவரும் மனமார கிருஷ்ணருக்கு நன்றிக் கூறினர்.

சிறிது நேரம் உரையாடிவிட்டு கிருஷ்ணர் புறப்பட எழுந்தார்.

அப்பொழுது, "கிருஷ்ணரே! தாங்கள் இங்கேயே சிறிது காலம் தங்கிவிட்டு சென்றால் என்ன?" என்று திரௌபதி கூறினாள்.

கிருஷ்ணர் சற்று தயங்கினார்.

"ஆமாம் கிருஷ்ணா! இங்கேயே கொஞ்ச காலம் தங்கிவிட்டு போ!" என்று பாண்டவர்களும் கூறினர்.

அனைவரும் வேண்டிக் கேட்டுக் கொண்டதால் கிருஷ்ணரும் சாத்யகியோடு அங்கேயே சிறிது காலம் தங்குவதென முடிவு செய்தார்.

அங்கே தங்கியிருந்த வேளையில் கிருஷ்ணரும் அர்ஜுனனும் கந்தர்வ வனத்திலிருந்த அத்தனை மரங்களையும் தீ வைத்து எரித்தனர். இதனால் அங்கே தங்கியிருந்த நாகர்களும் அந்த வனத்தைப் பாதுகாத்து வந்த இந்திரனும் கோபமடைந்தனர். கிருஷ்ணரும் அர்ஜுனனும் அவர்களோடுப் போராடி வென்றனர்.

வனம் முற்றிலும் எரிந்துவிடவே விஸ்வகர்மா அங்கே புதிய நகரை கட்டமைப்பதற்கானப் பணிகளை துவங்கினார். அந்த வனத்திற்கு தீ மூட்டிய போது அங்கே அகப்பட்டுக் கொண்ட மாயா என்னும் அரக்கனை அர்ஜுனன் காப்பாற்றினான். அர்ஜுனனுக்கு நன்றிக்கடன் பட்ட அந்த அரக்கன் புதிதாக உருவாகிக் கொண்டிருந்த இந்திரப்பிரஸ்த நகரில் பல மாயாஜாலங்கள் நிறைந்த ஒரு மாளிகையை பாண்டவர்களுக்காக வடிவமைத்துத் தந்தான்.

நாட்கள் வேகவேகமாக ஓடின. அங்கே தங்கியிருந்த காலத்தில் சாத்யகி அர்ஜுனனிடமிருந்து வில்வித்தைப் பயின்று கொண்டான். கிருஷ்ணனும் அர்ஜுனனும் தினமும் அருகிலிருந்த வனத்திற்கு வேட்டையாட சென்றனர்.

எப்பொழுதும் போல் அன்று அனுமனின் கொடிப் பறக்கவிடப்பட்டிருந்த ரதத்தில் இருவரும் வேட்டையாட சென்று கொண்டிருந்தனர். அப்பொழுது அர்ஜுனன் பின்னால் அமர்ந்திருந்தான். கிருஷ்ணர் ரதத்தை ஓட்டிக் கொண்டிருந்தார்.

"ஏன் கிருஷ்ணா! தினமும் இந்த மிருகங்களை எல்லாம் நாம் வேட்டையாடிக் கொல்கிறோமே, இது பாவச் செயல் அல்லவா?" என்று திடீரென அர்ஜுனன் கேள்வியெழுப்பினான்.

"அர்ஜுனா! பூமியில் படைக்கப்பட்ட அனைத்துமே ஏதோ ஒரு வகையில் அழிக்கப்பட்டு தான் ஆகவேண்டும். அப்பொழுது தான் அந்த இறைவனின் சிருஷ்டி சமநிலைப்பெறும்" என்று கூறிய கிருஷ்ணர் புன்னகைத்தார். அர்ஜுனன் அமைதியாகினான்.

சிறிது நேரம் ஏதோ ஆழ்ந்த சிந்தனையில் மூழ்கியபடியே ரதத்தை ஓட்டிக்கொண்டிருந்தவர் திடீரென சிரிக்க துவங்கினார்.

கிருஷ்ணர் சிரிப்பதை கவனித்த அர்ஜுனன், "ஏன் சிரிக்கிறாய் கிருஷ்ணா?" என்று கேள்வியெழுப்பினான்.

"ஒன்றுமில்லை அர்ஜுனா! என் மனவெளியில் ஒரு அற்புத காட்சி தோன்றியது. அதை நினைத்து தான் சிரித்தேன்" என்று கிருஷ்ணர் கூறினார்.

"என்ன காட்சி?" என்று அர்ஜுனன் ஆர்வமாகக் கேட்டான்.

"அர்ஜுனா! இனி வரும் காலத்தில் இந்த பாரத மண்ணில் ஒரு மாபெரும் யுத்தம் நிகழப் போகிறது. அப்பொழுதும் இப்படி தான் நான் இந்த ரதத்தை செலுத்திக் கொண்டிருப்பேன். நீ பின்னால் நின்றுப் போரிட்டுக் கொண்டிருப்பாய்!"

"நீ சொல்வதுப் புரியவில்லையே, கிருஷ்ணா?"

"சில விஷயங்கள் புரியாமல் இருப்பது தான் நல்லது, அர்ஜுனா!" என்று கூறிய கிருஷ்ணர் புன்னகைத்தார். கிருஷ்ணர் கூறிய எதுவும் அர்ஜுனனுக்கு சரியாக விளங்காததால் அவன் அமைதியாக இருந்துவிட்டான்.

இருவரும் வேட்டையாடி முடித்துவிட்டு யமுனையின் கரையோரமாக அமர்ந்து இளைப்பாறிக் கொண்டிருந்தனர். அந்த மாலை வேளையில் யமுனை நதி மிகவும் ரம்மியமாக காட்சியளித்துக் கொண்டிருந்தது. சிறு வயதிலிருந்து யமுனை

நதியை ஒட்டியே வளர்ந்து வந்ததால் கிருஷ்ணரின் இதயத்தில் பல பல நினைவுகள் தோன்றி மறைந்தன. யசோதா தேவி, நந்த மகாராஜா, ராதை என அனைவரின் முகமும் அவர் மனக்கண் முன்னால் வந்து சென்றன. அவரையே அறியாமல் அவருடைய இதழ்களில் ஒரு புன்னகை விரிந்தது; அவர் இதயத்தை ஒரு மெல்லிய தென்றல் வருடிவிட்டுச் சென்றது.

அப்பொழுது அங்கே திடீரென ஒரு பெண் தோன்றினாள். அவள் கிருஷ்ணரை ரசித்துப் பார்த்தபடியே அமைதியாக நின்றிருந்தாள். கயல் போன்ற கண்கள்! கிளை போல் வளைந்து நெளிந்த இடை! மயில்தோகைப் போன்ற கூந்தல்! சந்தன நிறம் கொண்ட தேகம். அவள் பார்ப்பதற்கு ஒரு தேவலோகப் பெண்ணாகவே காட்சியளித்தாள். அவளை அங்கே கவனித்த கிருஷ்ணரும் அர்ஜுனனும் அங்கிருந்து அகன்று சென்றனர். ஆனால் அவர்கள் செல்லும் இடங்களுக்கெல்லாம் அவள் விடமால் பின்தொடர்ந்தபடியே வந்தாள்.

"அர்ஜுனா! அந்தப் பெண்ணை கவனித்தாயா?"

"கவனித்தேன், கிருஷ்ணா."

"அவள் எதற்காக நம்மை பின்தொடர்ந்து கொண்டே வருகிறாள்?"

"தெரியவில்லையே!"

கிருஷ்ணர் சற்று சிந்தித்தார்.

"அர்ஜுனா! நீ சென்று அவளை விசாரித்துவிட்டு வா."

"நானா?"

"நீ தான்."

அர்ஜுனன் சற்று தயங்கினான்.

"சரி" என்று கூறிய அர்ஜுனன் தயங்கியபடியே அந்தப் பெண்ணை அணுகினான். அர்ஜுனன் தன்னை நோக்கி வருவதைக் கண்டதும் அந்தப் பெண் தலைகுனிந்து கொண்டாள்.

"பெண்ணே! நீ யார்?" என்று அந்தப் பெண்ணிடம் அர்ஜுனன் கேட்டான்.

அந்தப் பெண் சற்று தயங்கினாள்.

"என் பெயர் காளிந்தி."

"காளிந்தி!"

அவளுடைய இனிமையான குரலைக் கேட்டு அர்ஜுனன் மதிமயங்கிப் போனான்.

"இங்கே என்ன செய்து கொண்டிருக்கிறாய், காளிந்தி? நான் இதற்கு முன்னால் உன்னை இங்குப் பார்த்ததே இல்லையே!" என்றான் அர்ஜுனன்.

"உங்கள் கண் முன்னால் யமுனை நதி ஓடிக் கொண்டிருக்கிறதல்லவா?"

"ஆமாம்."

"நான் தான் இந்த யமுனை நதி" என்றாள் காளிந்தி.

காளிந்தி கூறியதைக் கேட்டதும் அர்ஜுனன் திகைத்துப் போனான்.

"உண்மையாக தான் சொல்கிறாயா?" என்று அர்ஜுனன் வினவினான்.

"உண்மையாக தான்" என்று கூறிய காளிந்தி தன் கையை மேலே உயர்த்தினாள். அவ்வாறு அவள் கையை உயர்த்தியதும் யமுனை நதி ஒருகணம் பொங்கியெழுந்தது.

"சரி...சரி...நம்புகிறேன், காளிந்தி!", அர்ஜுனன் மிரண்டுப் போனான்.

நிகழ்வதையெல்லாம் கிருஷ்ணர் தொலைவிலிருந்து கவனித்துக் கொண்டிருந்தார்.

"எதற்காக நீ எங்களைப் பின்தொடர்ந்து வந்தாய்?" என்று அர்ஜுனன் கேட்டதும் காளிந்தியின் முகம் வெட்கத்தில் சிவந்தது.

"நான் சிறு வயதிலிருந்தே கிருஷ்ணரை அறிவேன். அவரை நான்... காதலிக்கிறேன். அவரிடம் என் காதலை தெரிவிக்க தான்..." என்று காளிந்தி கூறியதைக் கேட்டதும் அர்ஜுனன் சிரித்தான்.

"சற்றுப் பொறு காளிந்தி!" என்று கூறிய அர்ஜுனன் வேகவேகமாக கிருஷ்ணரை நோக்கி சென்றான்.

அர்ஜுனன் வந்து விஷயத்தை தெரிவிக்கும் முன்பாகவே கிருஷ்ணர், "சம்மதமென்று சொல் அர்ஜுனா!" என்று தொலைவிலிருந்தபடியே கூறினார். அர்ஜுனன் கிருஷ்ணரையும் காளிந்தியையும் திரும்பி திரும்பிப் பார்த்துப் புன்னகைத்தான்.

ஒரு சுப முகூர்த்தத்தில் கிருஷ்ணர் காளிந்தியை மணந்துகொண்டார். ஒருசில நாட்களுக்குப் பிறகு அவளை அழைத்துக் கொண்டு சாத்யகியோடு கிருஷ்ணர் துவாரகாவிற்கு திரும்பினார். பாண்டவர்களும் திரௌபதியும் அவர்களை வழியனுப்பி வைத்தனர்.

மகாவதாரம்

ஒரு வருட காலம் ஓடியது. இந்த ஒரு வருட காலத்தில் கிருஷ்ணர், கோசல நாட்டின் இளவரசியான நக்னஜிதியையும் அவந்தி நாட்டின் இளவரசியான மித்ரவிந்தாவையும் லட்சுமணா என்னும் இளவரசியையும் கேகய நாட்டின் இளவரசியான பத்ராவையும் மணந்து கொண்டார். ஜாம்பவதி சாம்பனையும் சத்யபாமா பானுவையும் பெற்றெடுத்தனர். கிருஷ்ணரின் வம்சாவளி ஒரு ஆல விருட்சமாய் வேரூன்றியது. ஆனால் கிருஷ்ணரின் முதல் மனைவியான ருக்மிணியின் இதயத்தில் மட்டும் ஏனோ ஒருவிதமான ஏக்கம் இருந்துகொண்டே வந்தது.

அன்று துவாரகாவின் மேற்கு எல்லையில் நூறடி உயரம் கொண்ட மகாவிஷ்ணு சிலை நிறுவப்பட்டு மிகவும் கோலாகலமான முறையில் குடமுழுக்கு விழாவிற்கு ஏற்பாடு செய்யப்பட்டிருந்தது. அந்தக் கடற்கரையில் நான்கு கைகளிலும் சங்கு சக்கரம் கதாயுதம் தாமரை ஏந்தியபடி மகாவிஷ்ணுவின் சிற்பம் பிரம்மாண்டமாக நின்றுகொண்டிருந்தது. உள்ளூர்வாசிகள் மட்டுமல்லாமல் நகருக்கு வெளியே இருந்தும் ஆயிரக்கணக்கான மக்கள் துவாரகாவின் மகாவிஷ்ணுவை தரிசிக்க வருகைப் புரிந்திருந்தனர். மேளவாத்தியங்கள் முழங்கப்பட்டன. அலைகடலென திரண்டிருந்த ஜனக்கூட்டம் எழுப்பிய பேரிரைச்சலால் அலைகடலே ஒருகணம் அடங்கிப் போனது.

எல்லா வீதிகளிலும் கூட்டம் நிரம்பி வழிந்தது. நகரின் பிரதான நுழைவாயிலில் தக்க சின்னத்தைக் காட்டிய பிறகே மக்களை காவலர்கள் உள்ளே அனுமதித்தனர். கடற்கரையில்

கூடியிருந்த கூட்டத்தை வீரர்கள் நேர்த்தியாக சமாளித்துக் கொண்டிருந்தனர். பலராமர் அங்கேயே இருந்து விழாவிற்கான ஏற்பாடுகளை எல்லாம் கவனித்துக் கொண்டிருந்தார்.

அப்பொழுது அந்தபுரத்தில் ராணியர் அனைவரும் குளித்துவிட்டு விலைவுயர்ந்த புடவைகளை உடுத்தி விழாவிற்காக தங்களை அலங்கரித்துக் கொண்டிருந்தனர். அங்கே இருந்த பணிப்பெண்கள் அனைவரும் அவர்கள் தயாராக உதவிக் கொண்டிருந்தனர். அவ்வேளையில் திடீரென வெளியே காவலுக்கு நின்று கொண்டிருந்த வீரர்களை எல்லாம் உதறிதள்ளிவிட்டு ஆஜானுபாகுவாய் ஒரு இளைஞன் உள்ளே நுழைந்தான். அவ்வாறு அவன் தடாலடியாக உள்ளே நுழைந்ததும் ராணியர் அனைவரும் திடுக்கிட்டுப் போயினர்.

சுந்தரமான அந்த வாலிபன் தோற்றத்தில் கிருஷ்ணரைப் போலவே இருந்ததால் ராணியர் அனைவரும் குழப்பமுற்றனர். ஆனால் அவனை ருக்மிணி தேவியால் மட்டும் அடையாளம் கண்டுகொள்ள முடிந்தது. அவனைக் கண்டதும் அவளுடைய இதயம் படபடவென அடித்துக் கொண்டது.

அவனைக் குழப்பத்தோடுப் பார்த்துக் கொண்டிருந்த அத்தனை கண்களையும் கவனித்த பிரத்யும்னன் கடைசியாக ருக்மிணி தேவியை கண்டதும் புன்னகைத்தான்.

"அம்மா!"

"பிரத்யும்னா!"

இத்தனை வருடங்களாய் அவள் அடக்கி வைத்திருந்த உணர்வுகள் யாவும் கண்ணீராய் உருகியது. அவனைக் கண்ட ஆனந்தத்தில் ருக்மிணி தேவி தேம்பி தேம்பி அழுதாள். பிரத்யும்னன் ஓடிவந்து அவள் காலில் விழுந்து வணங்கினான். ருக்மிணி அவனை அணைத்துக் கொண்டாள். அந்தபுரத்திலிருந்த அனைவரும் நெகிழ்ந்துப் போயினர்.

"எப்படி இருக்கிறாய் பிரத்யும்னா? இத்தனை நாட்களாக எங்கே இருந்தாய்?"

"அது ஒரு நீண்ட கதையம்மா! அதைப் பிறகு சொல்கிறேன். இப்பொழுது தந்தை எங்கே இருக்கிறார்?"

அந்த வேளையில் கிருஷ்ணர் தன்னுடைய மாளிகையில் உத்தவரோடு தீவிரமான ஆலோசனையில் ஈடுபட்டிருந்தார்.

"உத்தவரே! நாம் எதிர்ப்பார்த்ததை விடவே கூட்டம் அதிகமாக உள்ளது. குடமுழுக்கு விழாவிற்கான ஏற்பாடுகள் எல்லாம் சரியாக நிகழ்கின்றனவா?"

"அதைப் பற்றி தாங்கள் கவலையே படவேண்டாம் பிரபு! நம்முடைய வீரர்கள் எல்லா பணிகளையும் கச்சிதமாக செய்துகொண்டிருக்கின்றனர்" என்று உத்தவர் கூறினார்.

அப்பொழுது வாசுதேவர், "கிருஷ்ணா!" என்று கூறிக்கொண்டு வேகமாக உள்ளே நுழைந்தார்.

அங்கே உத்தவர் இருப்பதை கவனித்த வாசுதேவர், "கிருஷ்ணா! உன்னிடம் ஒரு முக்கியமான விஷயத்தைப் பற்றிப் பேச வேண்டும்" என்றார்.

"சொல்லுங்கள் தந்தையே!" என்றார் கிருஷ்ணர்.

"கொஞ்சம் தனியாக பேச வேண்டும்" என்ற வாசுதேவர் உத்தவரைப் பார்த்து முறைத்தார்.

வாசுதேவரின் அந்த செயல் உத்தவரை காயப்படுத்தியது; அவர் எதுவும் பேசாமல் அமைதியாக அறையை விட்டு வெளியே சென்றார்.

உத்தவர் வெளியேறியதும் வாசுதேவர் நொண்டியபடியே நடந்து வந்து கிருஷ்ணருக்கு எதிரிலிருந்த ஆசனத்தில் அமர்ந்து கொண்டார்.

வாசுதேவர் நொண்டி வருவதை கவனித்த கிருஷ்ணர், "என்னாயிற்று தந்தையே?" என்று வினவினார்.

"அது ஒன்றுமில்லை கிருஷ்ணா! நேற்று படியேறும் போது கால் இடறிவிட்டது" என்று வாசுதேவர் கூறினார்.

அன்று ஏனோ வாசுதேவர் மிகவும் பதற்றத்தோடு காணப்பட்டார்.

"சொல்லுங்கள் தந்தையே! ஏதோ பேச வேண்டும் என்றீர்களே!"

"ஒன்றுமில்லை கிருஷ்ணா! குடமுழுக்கு விழாவிற்கான ஏற்பாடுகள் எல்லாம் நன்றாகப் போகின்றதல்லவா?!"

"நன்றாகப் போகின்றது!"

"சரி...சரி..."

வாசுதேவரின் வார்த்தைகள் தடுமாறியது.

சிறிது நேரம் எதுவும் பேசாமல் அமைதியாக இருந்த வாசுதேவரை நோக்கி, "ஏதோ சொல்ல வேண்டும் என்றீர்களே!" என்றார் கிருஷ்ணர்.

"கிருஷ்ணா! இன்று ஏதோ தவறு நிகழப் போவதாக எனக்கு தோன்றுகிறது. எதற்கும் நீ ஜாக்கிரதையாக இரு!" என்றார் வாசுதேவர்.

"என்னாயிற்று தந்தையே? விஷயத்தை சொல்லுங்கள்" என்றார் கிருஷ்ணர்.

"நேற்று ஒரு துர்சொப்பனம் கண்டேன் கிருஷ்ணா!"

"என்ன கனவு தந்தையே?"

"அதை மீண்டும் நினைத்துப் பார்க்கக் கூட என் மனதில் துணிவில்லை; துவாரகாவில் நம் யாதவர்கள் அனைவரும் ஒருவரை ஒருவர் அடித்துக் கொண்டு மடிகின்றனர். அவர்களை

தடுத்து நிறுத்த முடியாமல் நீ நகரை விட்டு வெளியேறி விடுகிறாய். எல்லா இடங்களிலும் இரத்தம் வழிந்தோடுகிறது. வனத்தில் வைத்து ஒரு வேடன் உன்னை கொன்றுவிடுகிறான். நீ இறந்தப் பின் துவாரகா கடலில் மூழ்கிவிடுகின்றது; மிகவும் மோசமான கனவு! நேற்றிரவு முழுவதும் இதை நினைத்து நினைத்து எனக்கு தூக்கமே இல்லை கிருஷ்ணா!"

"தந்தையே! அவ்வப்போது மனதில் இதுபோன்ற சலனங்கள் எழுவது இயல்பு. இதற்காக தாங்கள் மனதை இவ்வளவு வருத்திக்கொள்வது சரியல்ல."

"இல்லை கிருஷ்ணா! இன்று உனக்கு ஏதோ பெரிய தீங்கு நேரப் போவதாக எனக்கு தோன்றுகிறது" என்ற வாசுதேவர் கிருஷ்ணருக்கு தெரியாமல் தன் இடையில் சொருகியிருந்த குறுவாளை வெளியே எடுத்தார். சட்டென எழுந்த வாசுதேவர், தன் கையிலிருந்த குறுவாளால் கிருஷ்ணரை குத்த முயன்றார். சுதாரித்துக் கொண்ட கிருஷ்ணர் விலகிச் சென்று தன் முஷ்டியை மடக்கி வாசுதேவரின் வயிற்றில் ஓங்கிக் குத்தினார். தூக்கி வீசப்பட்ட வாசுதேவர், தன் ஆசனத்தை தட்டிவிட்டுக் கீழே புரண்டு விழுந்தார். அவ்வாறு விழுந்த வாசுதேவர் கோபமாக கிருஷ்ணரை நிமிர்ந்துப் பார்த்தார்.

அப்பொழுது கிருஷ்ணரின் கையில் சக்ராயுதம் சுழன்று கொண்டிருந்தது.

"ஆனால் மந்தா!"

வாசுதேவரின் உருவிலிருந்த மந்தன் கிருஷ்ணரைப் பார்த்து முறைத்தான்.

"உன்னுடைய வித்தையை நீ என்னிடம் காட்டியிருக்கக் கூடாது!"

கிருஷ்ணரின் இதழ்களில் ஒரு விஷமப் புன்முறுவல் படர்ந்தது.

மறுமுனையில் கிருஷ்ணரின் மாளிகையை விட்டு வெளியேறிய உத்தவர், வீதியில் இறங்கி குடமுழுக்கு விழாவிற்கான பணிகளை எல்லாம் கவனித்துக் கொண்டிருந்தார்.

அப்பொழுது மக்கள் கூட்டத்தை விலக்கிக்கொண்டு வாசுதேவர் வேகவேகமாக உத்தவரை நோக்கி மூச்சிரைக்க வந்தார்.

"உத்தவரே!"

"பிரபு?"

"தங்களிடம் ஒரு மகிழ்ச்சியான விஷயத்தை தெரிவிக்க வேண்டும்" என்றார் வாசுதேவர்.

"சொல்லுங்கள் பிரபு!"

வாசுதேவர் மிகுந்த பதற்றத்தோடு இருந்தார்.

"பிரத்யும்னன் திரும்ப வந்துவிட்டான் உத்தவரே!" என்று கூறிய வாசுதேவரின் கண்களில் ஆனந்த கண்ணீர் பொங்கியது. பிரத்யும்னன் திரும்பி வந்த செய்தியை வாசுதேவர் கூறக் கேட்டதும் உத்தவரின் முகம் மலர்ந்தது.

"மகிழ்ச்சியான விஷயம் பிரபு!"

"எத்தனை நாட்கள் என் பேரன் திரும்ப வரமாட்டானா என்று ஏங்கியிருப்பேன்! என்னுடைய ஏக்கங்கள் எதுவும் வீணாகவில்லை. பிரத்யும்னன் உண்மையாகவே வந்துவிட்டான் உத்தவரே!" என்றுக் கூறிய வாசுதேவர் தன் கண்களைத் துடைத்துக் கொண்டார்.

"சரி உத்தவரே! நான் இந்த விஷயத்தை கிருஷ்ணனிடம் தெரிவிக்க வேண்டும். தாங்கள் கிருஷ்ணனைப் பார்த்தீரா?" என்று வாசுதேவர் கூறியதும் உத்தவர் குழப்பமுற்றார்.

"பிரபு! தாங்கள் இப்பொழுது தானே கிருஷ்ணனரைப் பார்த்துவிட்டு வருகிறீர்கள்?"

"இல்லை உத்தவரே! நான் காலையிலிருந்து கிருஷ்ணனை காணவே இல்லை" என்று வாசுதேவர் கூறியதும் உத்தவர் அதிர்ந்துப் போனார். ஏதோ தவறு நிகழ்ந்துவிட்டதை உத்தவர் புரிந்துகொண்டார்.

"பிரபு! தாங்கள் இங்கேயே இருங்கள்! நான் சென்று கிருஷ்ணர் எங்கே இருக்கிறார் என்றுப் பார்த்துவிட்டு வருகிறேன்" என்று உத்தவர் கூறினார்.

"சரி உத்தவரே!"

உத்தவர் வாசுதேவரை அங்கேயே நிற்க வைத்துவிட்டு மக்கள் கூட்டத்தை உதறி தள்ளிக் கொண்டு கிருஷ்ணரின் மாளிகையை வேகமாக சென்றடைந்தார். அவருடைய இதயம் படபடவென மின்னல் வேகத்தில் துடித்துக் கொண்டிருந்தது. கீழே இருந்த காவலர்களை எல்லாம் அழைத்துக் கொண்டு கிருஷ்ணரின் அறைக்கு ஓடினார், உத்தவர். கிருஷ்ணரின் அறை உள்பக்கமாகப் பூட்டப்பட்டிருந்தது. உத்தவரால் அந்தக் கதவை திறக்க முடியவில்லை. காவலர்களை வைத்து அந்த அறைக்கதவை உடைத்து விடலாமென உத்தவர் முடிவு செய்தார். அப்பொழுது உள்ளே யாரோ பேசும் சப்தம் கேட்டது. உத்தவர் அதை செவிக்கொடுத்துக் கேட்டார்.

"பிரபு! அந்த நரகாசுரன் இந்திரலோகத்தை கைப்பற்றிவிட்டான். அதுமட்டுமில்லாமல் என்னுடைய தாயான அதிதியின் காதணிகளையும் அவன் பறித்துக் கொண்டான். எப்படியோ நான் அவனிடமிருந்து தப்பி வந்துவிட்டேன். இப்பொழுது அவன் என்னை தேடிக் கொண்டிருக்கிறான். தாங்கள் தான் என்னைக் காத்தருள வேண்டும்" என்று யாரோ பேசிக் கொண்டிருப்பது உத்தவரின் காதில் விழுந்தது.

காவலர்களை அங்கேயே அமைதியாக இருக்க சொல்லிவிட்டு உத்தவர் மட்டும் மெதுவாக நடந்து சென்று சாளரத்தின் வழியாக அறையினுள்ளே எட்டிப் பார்த்தார். அங்கே மந்தன் தலை தனியாக உடல் தனியாக வெட்டப்பட்டுக் கிடந்தான். அவ்வாறு அவன் தலை துண்டிக்கப்பட்டுக் கிடப்பதைக் கண்டதும் உத்தவருக்கு உடல் நடுங்கியது. அவருடைய இதயம் நின்றுவிடும் அளவிற்கு வேகமாக துடித்தது. துணிவை வரவழைத்துக் கொண்டு விசாலமான அந்த அறையினுள்ளே உத்தவர் மீண்டும் எட்டிப் பார்த்தார்.

உள்ளே இந்திரதேவன் நின்றுகொண்டிருந்தார். அவருடைய தேகம் ஒளிவீசிக் கொண்டிருந்தது. அவருக்கு நேரெதிரிலே நான்கு கரங்களிலும் சங்கு சக்கரம் கதாயுதம் மற்றும் தாமரையை ஏந்தியபடி கிருஷ்ணரின் ஆசனத்தில் மகாவிஷ்ணு அமர்ந்திருந்தார். அவருடைய உடல் சூரியனைப் போல் பிரகாசித்துக் கொண்டிருந்தது. கிருஷ்ணரின் இடத்தில் விஷ்ணுவை கண்டதும் உத்தவர் அப்படியே ஸ்தம்பித்துப் போனார்.

யாரோ தன்னைப் பார்த்துக் கொண்டிருப்பதை உணர்ந்த மகாவிஷ்ணு, சட்டென பின்னால் திரும்பிப் பார்த்தார். அப்பொழுது உத்தவரின் கண்களும் விஷ்ணுவின் கண்களும் ஒன்றை ஒன்று நோக்கியபடி நிலைப்பெற்று நின்றன.

(தொடரும்)